NGHỆ THUẬT VÀ CHUYÊN NGHIỆP CỦA BÁNH MÌ TUYỆT VỜI

Tạo ra 100 kỳ quan nướng để biến đổi bánh mì hàng ngày của bạn

Phước Huỳnh

Tài liệu bản quyền ©2023

Đã đăng ký Bản quyền

Không phần nào của cuốn sách này được phép sử dụng hoặc truyền đi dưới bất kỳ hình thức nào hoặc bằng bất kỳ phương tiện nào mà không có sự đồng ý thích đáng bằng văn bản của nhà xuất bản và chủ sở hữu bản quyền, ngoại trừ những trích dẫn ngắn gọn được sử dụng trong bài đánh giá . Cuốn sách này không nên được coi là sự thay thế cho lời khuyên về y tế, pháp lý hoặc chuyên môn khác.

MỤC LỤC

MỤC LỤC 3
GIỚI THIỆU 6
BÁNH MÓN BÁNH RAU CÂY 7
   1. Bánh mì nướng củ cải Thụy Sĩ xào 8
   2. Bơ, trứng & bánh mì nướng Ezekiel 10
   3. Bánh mì nướng củ cải và bơ 12
   4. Bánh mì nướng xúc xích & vi hạt hướng dương 14
   5. Bánh mì nướng bơ nhiều lớp 16
   6. nướng cà chua và bơ phơi nắng 18
   7. Bánh mì nướng bơ và cà chua bi 20
   8. Bánh mì nướng sốt hummus và ớt đỏ nướng 22
   9. Bánh mì nướng Pesto và cà chua bi 24
   10. Rau bina xào và bánh mì nướng Feta 26
   11. Bánh mì nướng nấm và húng tây 28
   12. bánh mì nướng caprese 30
   13. Bánh mì sữa chua dưa chuột và thì là 32
   14. Bánh mì nướng khoai lang và phô mai dê 34
BÁNH BÁNH HẢI SẢN 36
   15. Tôm a la Plancha trên bánh mì nướng Saffron Allioli 37
   16. Bánh mì nướng cá hồi với măng tây và trứng 40
   17. Cá hồi hun khói và kem phô mai trên bánh mì nướng 42
   18. Bánh mì nướng bơ tôm 44
   19. Bánh mỳ gỏi cua 46
   20. Bánh mì nướng cá ngừ và bơ 48
   21. Bánh mì nướng tôm Cajun 50
   22. Bánh mì nướng tôm hùm và bơ 52
   23. Bánh mì nướng cá mòi và cà chua 54
   24. mì nướng cá ngừ cay và Sriracha Mayo 56
BÁNH BÁNH TRÁI CÂY TRÊN TRÁI CÂY 58
   25. bánh mì nướng sung 59
   26. bánh mì nướng bơ bưởi 61
   27. Bánh mì nướng thanh long và bơ 63
   28. Bánh mì nướng thanh long và bơ hạnh nhân 65
   29. Bánh mì nướng hạnh nhân lựu 67
BÁNH MÌ NƯỚNG PHỦ PHÔ MAI 69
   30. Bánh mì nướng bạc hà và Ricotta 70
   31. bánh mì nướng pizza 72
   32. Bánh mì nướng Ricotta bưởi 74
   33. Bánh mì nướng Ricotta và mật ong 76

34. Bánh mì nướng phết bơ 78
35. Bánh mì nướng Feta và Olive Tapenade 80

BÁNH TÁNG BÁNH THỊT 82

36. Bánh mì nướng dăm bông kem 83
37. Bánh mì nướng bơ thịt xông khói với cà rốt microgreen 85
38. Bánh mì xúc xích và nấm 88
39. Bánh mì nướng Thổ Nhĩ Kỳ và nam việt quất 90
40. Bánh mì nướng bít tết và phô mai xanh 92
41. Bánh mì nướng thịt xông khói và bơ 94
42. Bánh mì nướng giăm bông và dứa 96
43. Bánh mì nướng gà và Pesto 98

BÁNH MÌ PHÁP 100

44. Bánh mì nướng kiểu Pháp có gia vị Chai 101
45. Bánh mì nướng quế kiểu Pháp cổ điển 103
46. Bánh mì nướng kiểu Pháp đại hoàng 105
47. Bánh mì nướng kiểu Pháp Prosecco 107
48. Bánh mì nướng kiểu Pháp Mocha 109
49. Bánh mì nướng kiểu Pháp có quả mọng và kem phô mai 111
50. Bánh mì nướng kiểu Pháp Ricotta chanh 113
51. Bánh mì nướng Pháp caramel táo 115
52. Bánh mì nướng kiểu Pháp với sữa đông quýt 117
53. Bánh mì nướng kiểu Pháp phủ bột ngô 119
54. Bánh mì nướng kiểu Pháp chanh dây 121
55. Bánh mì nướng kiểu Pháp Limoncello nướng 123
56. Piña Colada 125
57. Mì nướng kiểu Pháp với dứa và dừa 127
58. Bánh mì nướng kiểu Pháp Kiwi 129
59. Bánh mì nướng kiểu Pháp việt quất nướng bằng gỗ 131
60. Bánh mì nướng kiểu Pháp kẹo tổ ong 133
61. Bánh mì nướng kiểu Pháp Dalgona 135
62. Bánh mì nướng kiểu Pháp Pavlova 137
63. Bánh mì nướng kiểu Pháp Nutella và quế 139
64. Bánh mì nướng kiểu Pháp rừng đen 141
65. Bánh mì nướng kiểu Pháp dâu phô mai 144
66. Bánh mì nướng kiểu Pháp PB&J 146
67. Bánh mì nướng kiểu Pháp Toblerone 148
68. Bánh mì nướng kiểu Pháp Oreo 150
69. Bánh mì nướng kiểu Pháp Nutella 152
70. Bánh mì nướng kiểu Pháp S'mores 154
71. Bánh mì nướng kiểu Pháp Marshmallow cuộn 156
72. Bánh mì nướng kiểu Pháp caramel mặn và hồ đào 158
73. Bánh mì nướng kiểu Pháp Mascarpone việt quất 160
74. Bánh mì nướng kiểu Pháp bọc thịt xông khói 162
75. Bánh mì nướng kiểu Pháp Açaí 164

76. Rượu chanh hồng bánh mì nướng kiểu pháp 166
77. Bánh mì nướng kiểu Pháp lasagna táo 168
78. thánh kiểu Pháp 170
79. Bánh mì nướng kiểu Pháp phô mai đào và kem 172
80. mì nướng kiểu Pháp rượu vang đỏ 174
81. Bánh mì nướng kiểu Pháp nhồi Ube 176
82. Bánh mì nướng kiểu Pháp Red Velvet 178
83. Soufflé kiểu Pháp 180
84. Bánh mì nướng kiểu Pháp nhồi Cannoli 182
85. Khay bánh mì nướng kiểu Pháp với sữa đông Yuzu 184
86. Bánh mì nướng kiểu Pháp nướng vị quế 187
87. Bánh mì nướng kiểu Pháp việt quất nướng 189
88. Kem việt quất với bánh mì nướng kiểu Pháp 191
89. Bánh mì nướng kiểu Pháp bí ngô 193
90. Bánh mì nướng kiểu Pháp chanh anh túc 195
91. Bánh mì nướng kiểu Pháp với dứa và phô mai 197
92. Bánh mì nướng kiểu Pháp H am và Thụy Sĩ 199
93. Bánh mì nướng kiểu Pháp nướng nho khô 201
94. Bánh mì nướng kiểu Pháp nog trứng nướng 203
95. Bánh mì nướng kiểu Pháp Kahlua 205
96. Bánh mì nướng kiểu Pháp đào của Jack Daniel 207
97. Bánh mì nướng kiểu Pháp Amaretto 209
98. Bánh mì nướng kiểu Pháp có gai của Bailey 211
99. Bánh mì nướng kiểu Pháp Grand Marnier 213
100. Bánh mì nướng kiểu Pháp có rượu rum và dừa 215

PHẦN KẾT LUẬN 217

GIỚI THIỆU

Trong cuốn sách nấu ăn này, chúng tôi mời bạn thực hiện một cuộc hành trình ngoài những bữa sáng thông thường và tìm hiểu bí quyết làm bánh mì nướng cực ngon — mỗi miếng là sự kết hợp của hương vị thơm ngon, kết cấu và niềm vui ẩm thực.

Hãy tưởng tượng bạn thức dậy với mùi bánh mì mới nướng và biết rằng ngày của bạn sắp bắt đầu với một kiệt tác thú vị lấy cảm hứng từ bánh mì nướng. Cuốn sách này không chỉ là danh sách các công thức nấu ăn; đó là sự tôn vinh điều kỳ diệu xảy ra khi bạn kết hợp sự đơn giản với sự sáng tạo, biến việc nướng bánh thành một hình thức nghệ thuật.

"Nghệ thuật và sự tinh thông của món bánh mì nướng cực ngon" khuyến khích bạn thử nhiều loại hương vị khác nhau, từ cổ điển đến đậm đà. Hãy hình dung những khả năng vô tận—quả bơ và trứng luộc, quế với các loại hạt tẩm mật ong, hoặc sự kết hợp thơm ngon giữa cá hồi hun khói và phô mai kem. Cuốn sách nấu ăn này là hướng dẫn giúp bạn khám phá những điều kỳ diệu ẩn giấu trong một lát bánh mì đơn giản.

Khi bạn khám phá món bánh mì nướng cực kỳ ngon, hãy sẵn sàng tìm hiểu chi tiết về cách nướng bánh mì hoàn hảo. Tìm hiểu sự cân bằng tinh tế giữa giòn và mềm, sự kết hợp giữa ngọt và mặn, cũng như niềm vui khi biến chiếc bánh mì hàng ngày của bạn thành một kiệt tác ẩm thực. Cho dù bạn là một đầu bếp giàu kinh nghiệm hay chỉ yêu thích bữa sáng, những trang này mời bạn biến buổi sáng của mình trở nên đặc biệt.

Vì vậy, hãy tham gia vào cuộc hành trình đầy hương vị này, nơi bánh mì nướng cực kỳ ngon sẽ trở thành bức tranh cho khả năng sáng tạo ẩm thực của bạn. Chúc nhà bếp của bạn không chỉ tràn ngập mùi thơm dễ chịu của bánh mì mới nướng mà còn với niềm vui và sự sáng tạo đến từ mỗi miếng ăn. Hãy để nghệ thuật và sự thành thạo của món bánh mì nướng cực ngon thêm một chút phép thuật vào bữa sáng của bạn, tạo ra những khoảnh khắc hạnh phúc kéo dài ngay cả sau miếng cắn cuối cùng.

Khi bạn lật qua các trang, hãy để cuộc phiêu lưu bắt đầu—một cuộc hành trình vượt xa những điều bình thường và biến những điều thường ngày thành điều gì đó phi thường. Chúc mừng những buổi sáng đầy nghệ thuật và khả năng làm bánh mì nướng cực ngon!

BÁNH MÓN BÁNH RAU CÂY

1. Bánh mì nướng củ cải Thụy Sĩ xào

THÀNH PHẦN:
- Bánh mì lát
- Dầu ô liu
- Kem phô mai
- 1 củ hành tây, thái lát
- 1 tép tỏi, thái lát
- 1 bó lá củ cải Thụy Sĩ, rửa sạch, bỏ cuống trắng và cắt nhỏ
- Mảnh ớt ớt (tùy chọn)
- Tiêu đen

HƯỚNG DẪN:
a) Đun nóng dầu ô liu trong chảo xào lớn trên lửa vừa. Thêm hành tây thái lát vào nấu, khuấy thường xuyên cho đến khi hành chuyển sang màu nâu nhạt, mất khoảng 10 phút.

b) Nêm hành tây với một chút muối.

c) Thêm tỏi và hạt tiêu (nếu dùng) và nấu khoảng 30 giây cho đến khi có mùi thơm.

d) Sau đó, xếp củ cải Thụy Sĩ cắt nhỏ lên trên, đậy nắp chảo nếu có thể và nấu trong 4 đến 5 phút hoặc cho đến khi lá củ cải bắt đầu héo.

e) Mở nắp chảo, dùng kẹp để sắp xếp lại các lá và tiếp tục nấu củ cải cho đến khi chất lỏng trong chảo bay hơi hết. Điều chỉnh gia vị bằng muối và hạt tiêu nếu cần. Đặt hỗn hợp này sang một bên.

f) Quét dầu ô liu lên các lát bánh mì rồi nướng nhanh trong lò cho đến khi chúng hơi giòn.

g) Trải một lớp phô mai kem lên các lát bánh mì nướng còn ấm, sau đó phủ lá củ cải Thụy Sĩ đã nấu chín lên trên. Rắc thêm hạt tiêu đen để tăng thêm hương vị.

2.Bơ , trứng & bánh mì nướng Ezekiel

THÀNH PHẦN:
- 4 lát bánh mì Ezekiel
- 1 muỗng canh dầu ô liu
- 4 quả trứng lớn
- 2 quả bơ chín nhỏ, bỏ hạt và gọt vỏ
- Muối Kosher và hạt tiêu đen để nếm thử
- 2 muỗng canh nước cốt chanh
- Hành đỏ ngâm

HƯỚNG DẪN:
a) Trong chảo chống dính lớn, đun nóng dầu trên lửa vừa cao.
b) Đặt các lát bánh mì lên khay nướng và nướng cho đến khi vàng nâu cả hai mặt.
c) Đun nóng dầu trong chảo đã chuẩn bị sẵn ở lửa vừa và nhỏ.
d) Đập trứng vào chảo và nấu trong 6-8 phút hoặc cho đến khi lòng trắng đặc lại và lòng đỏ chín theo sở thích của bạn.
e) Trong lúc đó, nghiền bơ với muối, hạt tiêu và nước cốt chanh trên đĩa nông.
f) Để xếp bánh mì lại với nhau, rắc một thìa cà phê bơ nghiền lên trên.
g) Nêm một chút muối và hạt tiêu tươi rồi phủ 1 quả trứng chiên lên trên. Thưởng thức với hành đỏ ngâm bên cạnh!

3. Bánh mì nướng củ cải và bơ

THÀNH PHẦN:
- 2 lát bánh mì nguyên hạt, nướng
- 1 quả bơ chín, nghiền nhuyễn
- 4-6 củ cải, thái lát mỏng
- Muối và hạt tiêu cho vừa ăn

HƯỚNG DẪN:
a) Trải đều bơ nghiền lên các lát bánh mì nướng.
b) Đặt củ cải thái lát lên trên.
c) Rắc muối và hạt tiêu.
d) Thưởng thức như một chiếc bánh sandwich mở mặt.

4. Bánh mì nướng xúc xích & vi hạt hướng dương

THÀNH PHẦN:
- 1 quả bơ chín lớn
- 1 xúc xích, cắt nhỏ
- 2 lát bánh mì nướng yêu thích của bạn
- 1 quả chanh nhỏ
- Muối biển Himalaya
- 4 quả cà chua bi, cắt làm đôi
- xanh hướng dương
- 1 ½ muỗng canh dầu ô liu
- Hạt giống cây gai dầu

HƯỚNG DẪN:
a) Gọt vỏ và cắt quả bơ của bạn. Nghiền bơ bằng mặt sau của nĩa trên thớt.
b) Vắt nửa quả chanh vào quả bơ, nêm muối và hạt tiêu rồi dùng nĩa nghiền nát mọi thứ.
c) Đun nóng ½ thìa dầu ô liu trong chảo nhỏ. Thêm xúc xích. Nấu cho đến khi chín vàng nhẹ thì tắt bếp và đặt sang một bên.
d) Quét một ít dầu ô liu lên một mặt của từng lát bánh mì trước khi xếp lại.
e) Chia hỗn hợp bơ vào giữa hai lát bánh mì. Thêm cà chua và xúc xích.
f) Kết thúc bằng việc rắc hạt gai dầu, vắt nước cốt chanh và các loại rau xanh yêu thích của bạn.

5. Bánh mì nướng bơ nhiều lớp

THÀNH PHẦN:
- 1 muỗng canh bơ không có sữa
- 4 ounce đậu hũ siêu cứng, để ráo nước và ép
- ¼ thìa cà phê muối đen
- ¼ thìa cà phê bột hành
- Một nhúm nghệ
- 1 quả bơ
- Một nhúm tiêu đen xay
- 1 thìa nước cốt chanh
- 2 lát bánh mì ngũ cốc nảy mầm

HƯỚNG DẪN:

a) Thêm bơ vào chảo và đun nóng trên lửa vừa cao. Đổ đậu phụ vào chảo. Rắc muối, bột hành, bột nghệ rồi xào khoảng 4 phút, đảm bảo đậu hũ được vò nhỏ.

b) Trong một bát nhỏ, nghiền bơ với hạt tiêu và nước cốt chanh .

c) Nướng bánh mì. Trải một nửa quả bơ đã chuẩn bị lên mỗi miếng bánh mì nướng. Phủ một nửa số đậu phụ đã chuẩn bị lên trên mỗi miếng bánh mì nướng. Cắt bánh mì nướng làm đôi theo một góc.

6.nướng cà chua và bơ phơi nắng

THÀNH PHẦN:
- 2 lát bánh mì, nướng
- 1 quả bơ chín, nghiền nhuyễn
- 2 muỗng canh cà chua phơi nắng cắt nhỏ
- 1 muỗng canh mùi tây tươi xắt nhỏ
- Muối và hạt tiêu cho vừa ăn

HƯỚNG DẪN
a) Trải bơ nghiền lên trên bánh mì nướng.
b) Rắc cà chua phơi nắng và rau mùi tây lên trên quả bơ.
c) Nêm với muối và hạt tiêu.

7. Bánh mì nướng bơ và cà chua bi

THÀNH PHẦN:
- 2 lát bánh mì nguyên hạt
- 1 quả bơ chín
- 1 cốc cà chua bi, giảm một nửa
- Muối và hạt tiêu cho vừa ăn
- Mảnh ớt đỏ (tùy chọn)
- Rau mùi tươi hoặc rau mùi tây để trang trí

HƯỚNG DẪN:
a) Nướng từng lát bánh mì theo ý thích của bạn.
b) Nghiền bơ chín và phết đều lên bánh mì nướng.
c) Phủ lên quả bơ một nửa quả cà chua bi.
d) Nêm muối, tiêu và ớt đỏ nếu muốn.
e) Trang trí với rau mùi tươi hoặc rau mùi tây.
f) Phục vụ ngay và thưởng thức!

8. Bánh mì nướng sốt hummus và ớt đỏ nướng

THÀNH PHẦN:
- 2 lát bánh mì chua
- 1/2 cốc hummus
- 1/2 chén ớt đỏ nướng, thái lát
- Dầu ô liu để làm mưa phùn
- Lá húng quế tươi để trang trí
- Muối và hạt tiêu cho vừa ăn

HƯỚNG DẪN:
a) Nướng những lát bánh mì chua.
b) Trải một lớp hummus hào phóng lên mỗi lát.
c) Đặt những lát ớt đỏ nướng lên trên.
d) Rắc dầu ô liu và nêm muối và hạt tiêu.
e) Trang trí với lá húng quế tươi.
f) Phục vụ và thưởng thức bánh mì nướng hummus và ớt đỏ nướng của bạn!

9.Bánh mì nướng Pesto và cà chua bi

THÀNH PHẦN:
- 2 lát bánh mì ciabatta
- 1/4 chén húng quế
- 1 cốc cà chua bi, giảm một nửa
- Men balsamic cho mưa phùn
- Viên mozzarella tươi (tùy chọn)
- Lá húng quế tươi để trang trí
- Muối và hạt tiêu cho vừa ăn

HƯỚNG DẪN:
a) Nướng những lát bánh mì ciabatta.
b) Trải một lớp pesto húng quế lên mỗi lát.
c) Phủ cà chua bi cắt đôi và phô mai mozzarella tươi lên trên nếu muốn.
d) Rưới men balsamic.
e) Nêm với muối và hạt tiêu.
f) Trang trí với lá húng quế tươi.
g) Dùng ngay và thưởng thức hương vị thơm ngon.

10.Rau bina xào và bánh mì nướng Feta

THÀNH PHẦN:
- 2 lát bánh mì nguyên hạt
- 2 chén rau bina tươi, rửa sạch và cắt nhỏ
- 1 tép tỏi, băm nhỏ
- 1/4 chén phô mai feta, vụn
- Vỏ chanh
- Dầu ôliu để xào
- Muối và hạt tiêu cho vừa ăn

HƯỚNG DẪN:
a) Nướng những lát bánh mì nguyên hạt.
b) Trong chảo, xào tỏi băm trong dầu ô liu cho đến khi thơm.
c) Thêm rau bina cắt nhỏ vào chảo và xào cho đến khi héo.
d) Nêm với muối và hạt tiêu.
e) Trải đều rau bina xào lên trên bánh mì nướng.
f) Rắc phô mai feta lên trên.
g) Kết thúc với một rắc vỏ chanh.

11.Bánh mì nướng nấm và húng tây

THÀNH PHẦN:
- 2 lát bánh mì thủ công
- 1 chén nấm, thái lát
- 1 muỗng canh dầu ô liu
- 1 muỗng cà phê lá húng tây tươi
- Muối và hạt tiêu cho vừa ăn
- Phô mai Parmesan bào để phủ lên trên

HƯỚNG DẪN:

a) Nướng những lát bánh mì thủ công.
b) Trong chảo, đun nóng dầu ô liu và xào nấm thái lát cho đến khi chúng mềm.
c) Nêm muối, tiêu và lá húng tây tươi.
d) Trải nấm xào lên trên bánh mì nướng.
e) Phủ phô mai Parmesan bào lên trên.
f) Phục vụ và thưởng thức bánh mì nướng nấm và húng tây của bạn!

12.bánh mì nướng caprese

THÀNH PHẦN:
- 2 lát bánh mì Ý
- 1 quả cà chua chín lớn, thái lát
- Phô mai mozzarella tươi, thái lát
- Lá húng quế tươi
- Men balsamic cho mưa phùn
- Muối và hạt tiêu cho vừa ăn

HƯỚNG DẪN:
a) Nướng những lát bánh mì Ý.
b) Xếp xen kẽ các lát cà chua và phô mai mozzarella lên bánh mì nướng.
c) Nhét lá húng quế tươi vào giữa các lát cà chua và phô mai mozzarella.
d) Rưới men balsamic.
e) Nêm với muối và hạt tiêu.
f) Phục vụ ngay và thưởng thức hương vị của bánh mì nướng Caprese !

13.Bánh mì sữa chua dưa chuột và thì là

THÀNH PHẦN:
- 2 lát bánh mì lúa mạch đen
- 1/2 cốc sữa chua Hy Lạp
- 1/2 quả dưa chuột, thái lát mỏng
- Thì là tươi, xắt nhỏ
- Nước chanh
- Muối và hạt tiêu cho vừa ăn

HƯỚNG DẪN:
a) Nướng những lát bánh mì lúa mạch đen.
b) Trộn sữa chua Hy Lạp với thì là tươi xắt nhỏ.
c) Rưới hỗn hợp sữa chua thì là lên bánh mì nướng.
d) Xếp dưa leo thái mỏng lên trên.
e) Vắt một chút nước cốt chanh lên dưa chuột.
f) Nêm với muối và hạt tiêu.
g) Phục vụ và thưởng thức bánh mì nướng sữa chua dưa chuột và thì là tươi mát của bạn!

14. Bánh mì nướng khoai lang và phô mai dê

THÀNH PHẦN:
- 2 lát bánh mì ngũ cốc
- 1 củ khoai lang nhỏ, thái lát mỏng và nướng
- 2 ounce phô mai dê
- Mật ong để làm mưa phùn
- Hương thảo tươi, xắt nhỏ
- Muối và hạt tiêu cho vừa ăn

HƯỚNG DẪN:
a) Nướng các lát bánh mì nhiều loại ngũ cốc.
b) Trải một lớp phô mai dê lên từng lát.
c) Xếp khoai lang thái lát mỏng và nướng lên trên.
d) Mưa phùn với mật ong.
e) Rắc hương thảo tươi xắt nhỏ.
f) Nêm với muối và hạt tiêu.
g) Phục vụ ngay và thưởng thức sự kết hợp ngọt ngào và mặn mà!

BÁNH BÁNH HẢI SẢN

15. Tôm a la Plancha trên bánh mì nướng Saffron Allioli

THÀNH PHẦN:
ALLIOLI
- 1 nhúm nghệ tây lớn
- 1 lòng đỏ trứng lớn
- 1 tép tỏi, thái nhỏ
- 1 thìa cà phê muối kosher
- 1 chén dầu ô liu nguyên chất, tốt nhất là dầu Tây Ban Nha
- 2 muỗng cà phê nước cốt chanh, cộng thêm nếu cần

CON TÔM
- Bốn lát bánh mì đồng quê dày ½ inch
- 2 muỗng canh dầu ô liu nguyên chất chất lượng tốt, tốt nhất là dầu Tây Ban Nha
- 1 pound rưỡi cỡ lớn
- 20 con tôm bóc vỏ
- Muối kosher
- 2 quả chanh cắt đôi
- 3 tép tỏi, thái nhỏ
- 1 thìa cà phê tiêu đen mới xay
- 1 cốc rượu sherry khô
- 2 muỗng canh rau mùi tây lá phẳng xắt nhỏ

HƯỚNG DẪN:
a) Làm aioli: Trong một cái chảo nhỏ đặt trên lửa vừa, nướng nghệ tây cho đến khi nó giòn, từ 15 đến 30 giây.

b) Đổ nó ra một chiếc đĩa nhỏ và dùng mặt sau của một chiếc thìa để nghiền nát nó. Cho nghệ tây, lòng đỏ trứng, tỏi và muối vào tô vừa, trộn đều cho đến khi hòa quyện.

c) Bắt đầu thêm vài giọt dầu ô liu mỗi lần, đánh kỹ giữa các lần thêm, cho đến khi aioli bắt đầu đặc lại, sau đó rưới phần dầu còn lại vào hỗn hợp theo dòng rất chậm và đều, đánh đều aioli cho đến khi đặc và như kem.

d) Thêm nước cốt chanh, nếm thử và điều chỉnh thêm nước cốt chanh và muối nếu cần. Chuyển vào một cái bát nhỏ, bọc bằng màng bọc thực phẩm và để trong tủ lạnh.

e) Làm bánh mì nướng: Điều chỉnh giá đỡ của lò nướng lên vị trí cao nhất và lò nướng thịt ở vị trí cao nhất. Đặt các lát bánh mì lên khay nướng có viền và phết 1 thìa dầu vào cả hai mặt bánh mì.

f) Nướng bánh mì cho đến khi có màu vàng nâu, khoảng 45 giây. Lật bánh mì lại và nướng mặt còn lại (quan sát kỹ miếng thịt, vì cường độ của miếng thịt gà thay đổi) trong thời gian dài hơn từ 30 đến 45 giây. Lấy bánh mì ra khỏi lò và đặt từng lát bánh lên đĩa.

g) Trong một tô lớn, đặt tôm. Dùng dao gọt một đường nông dọc theo phần lưng cong của tôm, loại bỏ gân (nếu có) và để nguyên vỏ. Đun nóng chảo lớn, đáy nặng trên lửa vừa cao cho đến khi gần bốc khói, từ 1½ đến 2 phút.

h) Thêm 1 muỗng canh dầu còn lại và tôm. Rắc một chút muối và nước cốt của nửa quả chanh lên tôm và nấu cho đến khi tôm bắt đầu cuộn tròn và các mép vỏ có màu nâu từ 2 đến 3 phút.

i) Dùng kẹp lật tôm lại, rắc thêm muối và nước cốt của nửa quả chanh còn lại rồi nấu cho đến khi tôm có màu hồng tươi, lâu hơn khoảng 1 phút. Tạo một cái giếng ở giữa chảo rồi cho tỏi và tiêu đen vào; Khi tỏi có mùi thơm, sau khoảng 30 giây, cho rượu sherry vào, đun nhỏ lửa và khuấy hỗn hợp tỏi-sherry vào tôm.

j) Nấu, khuấy đều và cạo những phần màu nâu ở đáy chảo vào nước sốt. Tắt lửa và vắt thêm nước cốt của nửa quả chanh khác. Cắt nửa quả chanh còn lại thành từng miếng nhỏ.

k) Rải một thìa đầy nghệ tây aioli lên trên mỗi lát bánh mì.

l) Chia tôm vào các đĩa và rưới một ít nước sốt lên mỗi phần ăn. Rắc rau mùi tây và dùng kèm với chanh.

16. Bánh mì nướng cá hồi với măng tây và trứng

THÀNH PHẦN:
- 2 phi lê cá hồi
- 1 bó măng tây, cắt nhỏ
- 2 lát bánh mì bột chua nướng dày, mới cắt
- 2 quả trứng gà thả vườn

HƯỚNG DẪN:
a) Lấy phi lê ra khỏi túi bên ngoài, sau đó (khi đông lạnh và vẫn còn trong từng túi riêng lẻ), đặt phi lê vào chảo và phủ nước lạnh. Đun sôi và đun nhỏ lửa trong 15 phút.
b) Khi nấu chín, lấy phi lê cá hồi ra khỏi túi và đặt chúng lên đĩa trong khi bạn sắp xếp món ăn lại với nhau.
c) Trong khi nấu cá hồi, hãy làm món hà lan. Đặt một chiếc bát thủy tinh chịu nhiệt lên trên một cái chảo đã đổ đầy nước đến một nửa và đun sôi nhẹ ở lửa nhỏ. Bây giờ làm tan chảy bơ trong một chảo nhỏ riêng biệt rồi tắt bếp.
d) Cho lòng đỏ trứng đã tách riêng vào tô trên nước ấm và bắt đầu đánh bông, thêm dần giấm rượu trắng vào khi đánh.
e) Tiếp tục đánh rồi thêm bơ tan chảy vào. Hỗn hợp sẽ hòa quyện tạo thành một loại nước sốt sánh mịn thơm ngon.
f) Thêm vài giọt nước cốt chanh nếu nước sốt có vẻ quá đặc. Nêm nhẹ với một chút muối và một ít hạt tiêu đen mới xay.
g) Đổ nước sôi từ ấm vào chảo và đun nhỏ lửa trên lửa vừa, thêm một chút muối biển. Đập từng quả trứng vào cốc, sau đó khuấy nước cho nước chuyển động trước khi cho từng quả trứng vào.
h) Để nấu - 2 phút cho trứng mềm, 4 phút cho trứng cứng hơn.
i) Lấy thìa có rãnh ra khỏi chảo cho ráo nước. Sau đó cho tám ngọn măng tây vào chảo nước sôi và nấu trong 1 - 1½ phút cho đến khi mềm. Trong lúc đó, đặt bánh mì nướng lên để nấu.
j) Bơ bánh mì nướng và phủ những ngọn măng tây lên trên, sau đó là trứng luộc, một hoặc hai thìa hollandaise, và cuối cùng là phi lê cá hồi luộc.
k) Rắc thêm muối biển và tiêu đen đập dập rồi ăn ngay!

17. Cá hồi hun khói và kem phô mai trên bánh mì nướng

THÀNH PHẦN:
- 8 lát bánh mì baguette hoặc lúa mạch đen kiểu Pháp
- ½ cốc kem phô mai đã làm mềm
- 2 thìa canh hành trắng, thái lát mỏng
- 1 chén cá hồi hun khói, thái lát
- ¼ cốc bơ, loại không muối
- ½ muỗng cà phê gia vị Ý
- Lá thì là, thái nhỏ
- Muối và hạt tiêu cho vừa ăn

HƯỚNG DẪN:
a) Trong một chiếc chảo rán nhỏ, làm tan bơ và dần dần thêm gia vị Ý. Trải hỗn hợp vào các lát bánh mì.
b) Nướng chúng trong vài phút bằng máy nướng bánh mì.
c) Phết một ít kem phô mai lên bánh mì nướng. Sau đó đặt cá hồi hun khói và lát hành đỏ mỏng lên trên. Lặp lại quá trình cho đến khi sử dụng hết các lát bánh mì nướng.
d) Múc món ăn ra đĩa, trang trí lá thì là thái nhỏ lên trên.

18.Bánh mì nướng bơ tôm

THÀNH PHẦN:
- 2 lát bánh mì chua
- 1/2 pound tôm nấu chín, bóc vỏ và bỏ chỉ
- 1 quả bơ chín, nghiền nhuyễn
- Cà chua bi, giảm một nửa
- Rau mùi tươi để trang trí
- chanh nêm
- Muối và hạt tiêu cho vừa ăn

HƯỚNG DẪN:
a) Nướng những lát bánh mì chua.
b) Trải đều bơ nghiền lên từng lát.
c) Phủ tôm nấu chín và cà chua bi cắt đôi lên trên.
d) Nêm với muối và hạt tiêu.
e) Trang trí với rau mùi tươi.
f) Ăn kèm với chanh ở bên cạnh.

19.Bánh mỳ gỏi cua

THÀNH PHẦN:
- 2 lát bánh mì nguyên hạt
- 1/2 pound thịt cua, nhặt lấy vỏ
- 1/4 cốc sốt mayonaise
- 1 muỗng canh mù tạt Dijon
- 1 cọng cần tây, thái nhỏ
- 1 củ hành xanh, thái lát mỏng
- Gia vị Old Bay
- nêm chanh

HƯỚNG DẪN:
a) Nướng những lát bánh mì nguyên hạt.
b) Trong một bát, trộn đều thịt cua, sốt mayonnaise, mù tạt Dijon, cần tây xắt nhỏ và hành lá thái lát.
c) Nêm gia vị Old Bay cho vừa ăn.
d) Phết salad cua lên bánh mì nướng.
e) Ăn kèm với chanh ở bên cạnh.

20.Bánh mì nướng cá ngừ và bơ

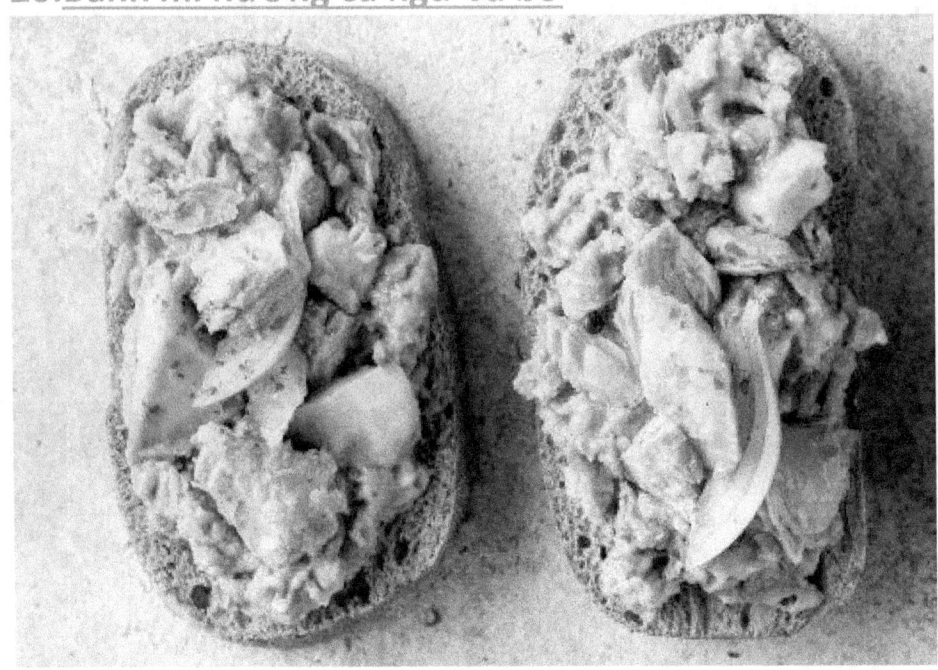

THÀNH PHẦN:
- 2 lát bánh mì ngũ cốc
- 1 lon (5 ounce) cá ngừ, để ráo nước
- 1/2 quả bơ, thái lát
- Hành đỏ, thái lát mỏng
- Cà chua bi, giảm một nửa
- Dầu ô liu để làm mưa phùn
- Muối và hạt tiêu cho vừa ăn

HƯỚNG DẪN:
a) Nướng các lát bánh mì nhiều loại ngũ cốc.
b) Trong một cái bát, trộn cá ngừ đã ráo nước với muối và hạt tiêu.
c) Phết hỗn hợp cá ngừ lên bánh mì nướng.
d) Phủ bơ cắt lát, hành đỏ và cà chua bi cắt đôi lên trên.
e) Rưới dầu ô liu.
f) Nêm thêm muối và hạt tiêu nếu cần.

21.Bánh mì nướng tôm Cajun

THÀNH PHẦN:
- 2 lát bánh mì Pháp hoặc bánh mì baguette
- 1/2 pound tôm lớn, bóc vỏ và bỏ chỉ
- gia vị Cajun
- 2 muỗng canh dầu ô liu
- Bột tỏi
- nêm chanh
- Rau mùi tây cắt nhỏ để trang trí

HƯỚNG DẪN:
a) Nướng các lát bánh mì Pháp hoặc bánh mì baguette.
b) Ướp tôm với gia vị Cajun và bột tỏi.
c) Đun nóng dầu ô liu trong chảo và xào tôm cho đến khi chín.
d) Đặt tôm Cajun lên bánh mì nướng.
e) Trang trí với rau mùi tây cắt nhỏ và dùng kèm với chanh.

22. Bánh mì nướng tôm hùm và bơ

THÀNH PHẦN:
- 2 lát bánh mì thủ công
- 1/2 pound thịt tôm hùm nấu chín, xắt nhỏ
- 1 quả bơ chín, nghiền nhuyễn
- Cà chua bi, thái lát
- Hẹ để trang trí
- chanh nêm
- Muối và hạt tiêu cho vừa ăn

HƯỚNG DẪN:
a) Nướng những lát bánh mì thủ công.
b) Trải bơ nghiền lên từng lát.
c) Phủ thịt tôm hùm xắt nhỏ và cà chua bi thái lát lên trên.
d) Nêm với muối và hạt tiêu.
e) Trang trí với hẹ và ăn kèm với chanh.

23.Bánh mì nướng cá mòi và cà chua

THÀNH PHẦN:
- 2 lát bánh mì nguyên hạt
- 1 lon (4,4 ounce) cá mòi ngâm dầu ô liu
- 1 cốc cà chua bi, giảm một nửa
- Hành đỏ, thái lát mỏng
- Lá húng quế tươi để trang trí
- Men balsamic cho mưa phùn
- Muối và hạt tiêu cho vừa ăn

HƯỚNG DẪN:

a) Nướng những lát bánh mì nguyên hạt.
b) Xả cá mòi và xếp chúng lên bánh mì nướng.
c) Phủ cà chua bi cắt đôi và hành đỏ thái lát lên trên.
d) Trang trí với lá húng quế tươi.
e) Rưới men balsamic.
f) Nêm với muối và hạt tiêu.

24.mì nướng cá ngừ cay và Sriracha Mayo

THÀNH PHẦN:
- 2 lát bánh mì lúa mạch đen
- 1 lon (5 ounce) cá ngừ cay, để ráo nước
- 2 muỗng canh sốt mayonaise
- 1 muỗng canh sốt Sriracha (điều chỉnh theo khẩu vị)
- Dưa chuột lát
- Hành xanh, thái lát
- Hạt mè để trang trí

HƯỚNG DẪN:
a) Nướng những lát bánh mì lúa mạch đen.
b) Trong một bát, trộn cá ngừ cay với sốt mayonnaise và sốt Sriracha .
c) Phết hỗn hợp cá ngừ cay lên bánh mì nướng.
d) Đặt những lát dưa chuột và hành lá thái lát lên trên.
e) Rắc hạt vừng để trang trí.
f) Thưởng thức món cá ngừ cay và bánh mì nướng Sriracha mayo!

BÁNH BÁNH TRÁI CÂY TRÊN TRÁI CÂY

25.bánh mì nướng sung

THÀNH PHẦN:
- 12 quả sung vừa (khoảng 1 ½ pound)
- 4 lát Brioche hoặc challah, cắt dày 1 inch
- ½ cốc đường
- 3 thìa bơ
- ½ cốc sữa chua nguyên chất, khuấy đều cho đến khi mịn
- ¼ chén hạnh nhân cắt lát

HƯỚNG DẪN:

a) Làm nóng lò nướng của bạn ở nhiệt độ 500 độ F hoặc cài đặt cao nhất có thể.

b) Nướng các lát bánh mì bằng cách đặt chúng trực tiếp lên giá lò và nướng trong lò đã làm nóng cho đến khi chúng chuyển sang màu nâu vàng, quá trình này sẽ mất khoảng 4 đến 5 phút. Sau khi hoàn thành, đặt bánh mì nướng lên 4 đĩa đã hâm nóng.

c) Trong khi nướng bánh mì, hãy cắt bỏ cuống quả sung. Cắt đôi quả sung và nhúng chúng vào đường, đảm bảo chúng được phủ đều.

d) Đun nóng 1 thìa bơ trong chảo, sau đó cho hạnh nhân cắt lát vào. Xào chúng cho đến khi chúng chuyển sang màu nâu vàng, mất khoảng 2 đến 3 phút. Đặt hạnh nhân nướng sang một bên.

e) Trong cùng một chiếc chảo, đun nóng phần bơ còn lại cho đến khi nổi bọt. Thêm quả sung, cắt cạnh và xào cho đến khi chín, lật chúng một lần. Quá trình này sẽ mất khoảng 3 đến 4 phút.

f) Đặt những quả sung đã xào lên trên các lát bánh mì nướng và rưới nước ép lên chảo.

g) Phủ sữa chua lên trên mỗi chiếc bánh mì nướng và rắc hạnh nhân nướng.

h) Phục vụ bánh mì nướng sung kịp thời để đảm bảo bánh mì nướng vẫn giòn.

i) Thưởng thức bánh mì nướng Fig ngon tuyệt của bạn!

26. Bánh mì nướng bơ bưởi

THÀNH PHẦN:
- 1 lát bánh mì chua
- ½ quả bơ, nghiền
- 1 quả bưởi, cắt múi
- Một nhúm ớt đỏ
- Rưới dầu ô liu

HƯỚNG DẪN

a) Nướng bánh mì đến mức độ giòn mong muốn.
b) Trải bơ nghiền lên trên bánh mì nướng.
c) Phủ lên trên những múi bưởi, một nhúm ớt đỏ và một chút dầu ô liu.
d) Phục vụ ngay lập tức.

27. Bánh mì nướng thanh long và bơ

THÀNH PHẦN:
- 1 quả thanh long
- 1 quả bơ
- 2 lát bánh mì nguyên hạt
- 1 thìa nước cốt chanh
- Muối và hạt tiêu cho vừa ăn

HƯỚNG DẪN

a) Cắt đôi quả thanh long và nạo lấy phần thịt.
b) Cắt quả bơ làm đôi và loại bỏ hạt.
c) Lấy thịt bơ ra và nghiền nát cho vào tô.
d) Khuấy nước cốt chanh, muối và hạt tiêu.
e) Nướng các lát bánh mì.
f) Phết hỗn hợp bơ lên bánh mì nướng.
g) Top với thanh long thái lát.
h) Phục vụ ngay lập tức.

28.Bánh mì nướng thanh long và bơ hạnh nhân

THÀNH PHẦN:
- 1 quả thanh long
- 2 lát bánh mì nguyên hạt
- 2 muỗng canh bơ hạnh nhân
- 1 thìa mật ong

HƯỚNG DẪN
a) Cắt đôi quả thanh long và nạo lấy phần thịt.
b) Nướng các lát bánh mì.
c) Phết bơ hạnh nhân lên bánh mì nướng.
d) Top với thanh long thái lát.
e) Mưa phùn với mật ong.
f) Phục vụ ngay lập tức.

29. Bánh mì nướng hạnh nhân lựu

THÀNH PHẦN:
- 2 muỗng canh bơ hạnh nhân
- 2 lát bánh mì nguyên hạt, nướng
- 3 muỗng canh hạt lựu
- 2 thìa cà phê hạt bí ngô nướng, muối nhẹ
- 1 muỗng cà phê xi-rô cây phong nguyên chất

HƯỚNG DẪN:

a) Phết 1 thìa bơ hạnh nhân lên mỗi miếng bánh mì nướng.

b) Phủ đều các hạt lựu và pepitas lên trên . Rắc thêm xi-rô nếu muốn.

Bánh mì nướng phủ phô mai

30.Bánh mì nướng bạc hà và Ricotta

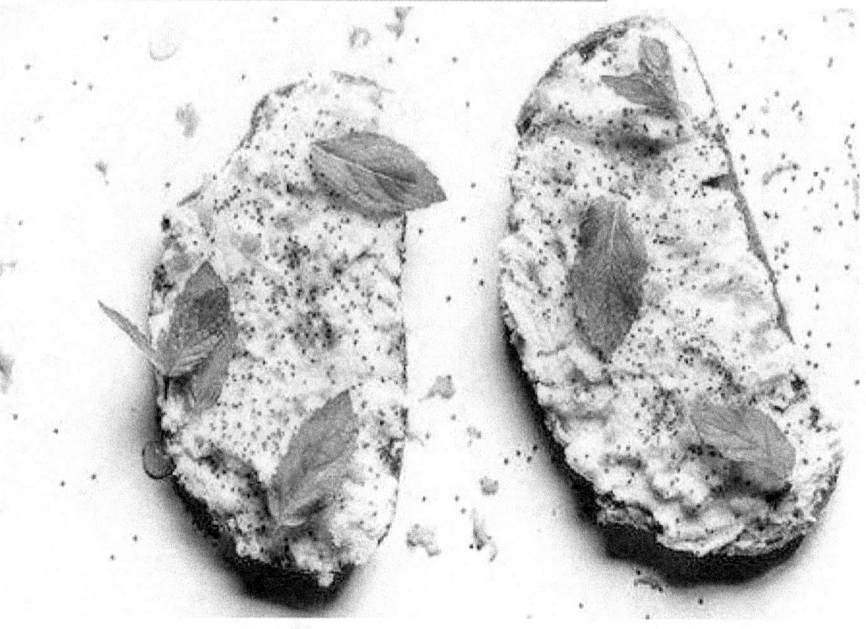

THÀNH PHẦN:
- 2 lát bánh mì nguyên hạt, nướng
- ½ cốc phô mai ricotta
- ¼ chén lá bạc hà tươi
- 1 thìa nước cốt chanh
- 1 thìa cà phê mật ong
- Chút muối

HƯỚNG DẪN

a) Trong một bát nhỏ, trộn phô mai ricotta, lá bạc hà, nước cốt chanh, mật ong và muối.

b) Rải đều hỗn hợp ricotta lên các lát bánh mì nướng.

c) Phục vụ ngay và thưởng thức!

31.bánh mì nướng pizza

THÀNH PHẦN:
- 2 lát bánh mì ngũ cốc
- 2 muỗng canh tương cà chua không thêm muối
- ½ cốc phô mai mozzarella
- ¼ chén dứa cắt nhỏ
- 2 lát giăm bông, cắt nhỏ

HƯỚNG DẪN:
a) Xếp 2 lát bánh mì lên giá lưới trên khay tráng men.
b) Nướng ở chế độ Nướng 1 trong 4 phút, lật mặt và nướng thêm 2 phút nữa.
c) Trải bánh mì nướng với bột cà chua và rắc phô mai mozzarella bào lên trên, bên trên là giăm bông và dứa.
d) Nấu trên Combi 1 trong 4 phút hoặc cho đến khi phô mai tan chảy và bắt đầu có màu nâu.
e) Cắt lát và dùng kèm với rau và trái cây cắt nhỏ.

32.Bánh mì nướng Ricotta bưởi

THÀNH PHẦN:
- 1 lát bánh mì nguyên hạt
- ¼ cốc phô mai ricotta
- 1 quả bưởi, cắt múi
- 1 thìa mật ong
- 1 muỗng cà phê lá húng tây tươi

HƯỚNG DẪN
a) Nướng bánh mì đến mức độ giòn mong muốn.
b) Trải phô mai ricotta lên trên bánh mì nướng.
c) Phủ các múi bưởi lên trên, rưới mật ong và rắc lá húng tây.
d) Phục vụ ngay lập tức.

33. Bánh mì nướng Ricotta và mật ong

THÀNH PHẦN:
- 4 lát bánh mì
- ½ cốc phô mai ricotta
- 2 thìa mật ong
- ¼ thìa cà phê quế
- Muối

HƯỚNG DẪN
a) Nướng bánh mì theo sở thích của bạn.
b) Trong một bát nhỏ, trộn ricotta, mật ong, quế và một chút muối.
c) Rải hỗn hợp ricotta lên bánh mì nướng.
d) Rắc thêm mật ong nếu muốn.
e) Phục vụ ngay lập tức.

34. Bánh mì nướng phết bơ

THÀNH PHẦN:

- 4 ounce phô mai cheddar sắc nét, cắt nhỏ (khoảng 1 cốc)
- 2 lát bánh mì sandwich trắng mềm
- 4 muỗng cà phê nước sốt Worcestershire, chia ra, cộng thêm nếu muốn

HƯỚNG DẪN:

a) Sắp xếp giá đỡ lò nướng cách gà thịt từ 4 đến 6 inch, sau đó đặt lò nướng ở nhiệt độ cao.

b) Lót giấy nhôm vào khay nướng có viền. Lắp một giá dây bên trong tấm nướng bánh. Bào 4 ounce phô mai cheddar sắc trên các lỗ lớn của dụng cụ bào hộp (khoảng 1 cốc).

c) Đặt 2 lát bánh mì sandwich trắng lên giá. Đun cho đến khi có màu vàng đậm, khoảng 2 phút. Lật bánh mì và nướng cho đến khi mặt thứ hai có màu vàng đậm, khoảng 2 phút nữa.

d) Lấy tấm nướng ra khỏi lò. Trong khi đó, tựa các bánh mì nướng vào nhau để đứng thẳng trên giá trong 2 phút để chúng hơi nguội và giòn cả hai mặt.

e) Đặt bánh mì nướng phẳng trên giá. Chia phô mai lên bánh mì, đảm bảo phủ kín các mép để vỏ bánh không bị cháy (có thể trông như chất chồng cao nhưng sẽ tan chảy).

f) Rưới 2 thìa cà phê sốt Worcestershire lên mỗi chiếc bánh mì nướng.

g) Đun cho đến khi phô mai sủi bọt và có đốm vàng đậm, từ 2 đến 4 phút. Nếu muốn, hãy thêm một chút sốt Worcestershire.

h) Để nguội từ 1 đến 2 phút trước khi dùng.

35. Bánh mì nướng Feta và Olive Tapenade

THÀNH PHẦN:
- 2 lát bánh mì ciabatta
- 1/2 chén phô mai feta hoặc Burrata , vụn
- Nước xốt ô liu (mua ở cửa hàng hoặc tự làm)
- Lá oregano tươi
- Dầu ô liu để làm mưa phùn

HƯỚNG DẪN:
a) Nướng những lát bánh mì ciabatta.
b) Trải đều feta vụn lên trên bánh mì nướng.
c) Múc một thìa nước xốt ô liu lên trên feta.
d) Rắc lá oregano tươi.
e) Rưới dầu ô liu.
f) Phục vụ ngay lập tức và thưởng thức bánh mì nướng feta và ô liu thơm ngon của bạn!

BÁNH TÁNG BÁNH THỊT

36.Bánh mì nướng dăm bông kem

THÀNH PHẦN:
- 1 chén giăm bông nấu chín hoàn toàn cắt nhỏ
- ⅓ chén ớt xanh xắt nhỏ
- ¼ chén cần tây thái lát
- 2 thìa bơ
- 3 muỗng canh bột mì đa dụng
- 1-½ cốc sữa
- ¼ thìa cà phê tiêu
- ¼ muỗng cà phê hạt cần tây
- 1 quả trứng lớn luộc chín, cắt nhỏ
- 5 lát phô mai Mỹ đã qua chế biến, cắt làm tư
- 3 lát bánh mì nướng, cắt thành hình tam giác

HƯỚNG DẪN

a) Trong chảo, xào cần tây, ớt xanh và giăm bông trong bơ trong 4-5 phút.

b) Rắc bột mì; đánh cho đến khi sủi bọt và mịn. Cho hạt cần tây, hạt tiêu và sữa vào; đun sôi. Vừa nấu vừa khuấy trong 2 phút.

c) Cất cánh khỏi cái nóng. Cho phô mai và trứng vào; đánh đều để làm tan chảy phô mai. Phục vụ trên bánh mì nướng.

37. Bánh mì nướng bơ thịt xông khói với cà rốt microgreen

THÀNH PHẦN:
Thịt xông khói cà rốt:
- 2 củ cà rốt
- 3 muỗng canh nước tương
- 1 muỗng canh dầu mè
- 1 muỗng canh bột cà chua
- 1 muỗng canh khói lỏng
- 1 muỗng canh si-rô phong
- ¼ thìa cà phê ớt bột xông khói
- ¼ thìa cà phê bột tỏi
- ¼ thìa cà phê bột hành
- ¼ thìa cà phê tiêu
- Muối để nếm

BƠ TOAST:
- 1 quả bơ
- 1 nhúm muối biển
- ¼ thìa cà phê tiêu đen mới xay
- 2 quả cà chua bi thái lát
- Thịt xông khói cà rốt
- Rau xanh cà rốt giòn
- 2 muỗng cà phê giấm balsamic
- 2 lát bánh mì chua, nướng

HƯỚNG DẪN:
Thịt xông khói cà rốt:
a) Làm nóng lò ở nhiệt độ 400 F.
b) Cà rốt rửa sạch, cắt bỏ đầu và gọt vỏ nhẹ.
c) Dùng dụng cụ gọt vỏ bản rộng nếu có, gọt những dải dài và dày từ mỗi củ cà rốt để tạo thành hình thịt xông khói.
d) Trong một cái bát, trộn các nguyên liệu còn lại trừ muối.
e) Đặt các dải cà rốt vào đĩa thủy tinh và đổ nước xốt lên trên, đảm bảo phủ đều từng miếng. Để ướp ít nhất 15 phút.
f) Đặt từng miếng lên giá nướng đặt trên khay nướng hoặc trên khay nướng có lót giấy da.

g) Nấu cà rốt trong 4 phút, sau đó lật chúng và nấu thêm 3 đến 5 phút cho đến khi chúng lượn sóng và có màu nâu.
h) Lấy cà rốt ra khỏi lò và đặt chúng lên giá làm mát.
BƠ TOAST:
i) Cắt quả bơ làm đôi và loại bỏ hạt.
j) Dùng thìa múc thịt quả bơ và cho vào tô.
k) Nêm bơ với muối và hạt tiêu đen.
l) Nghiền bơ bằng nĩa và phết bơ lên bánh mì bột chua nướng.
m) Phủ cà chua bi, thịt xông khói cà rốt và rau xanh cà rốt giòn lên trên.
n) Rưới giấm balsamic lên trên và thưởng thức!

38.Bánh mì xúc xích và nấm

THÀNH PHẦN:
- 2 lát bánh mì chua
- 4 miếng xúc xích nấu chín, thái lát
- 1 chén nấm, thái lát
- 1 muỗng canh dầu ô liu
- Húng tây tươi để trang trí
- Muối và hạt tiêu cho vừa ăn
- Guacamole (tùy chọn)

HƯỚNG DẪN:
a) Nướng những lát bánh mì chua.
b) Trong chảo, xào nấm thái lát trong dầu ô liu cho đến khi mềm.
c) Xếp guacamole, xúc xích thái lát lên bánh mì nướng.
d) Top với nấm xào.
e) Trang trí với húng tây tươi.
f) Nêm với muối và hạt tiêu.

39. Bánh mì nướng Thổ Nhĩ Kỳ và nam việt quất

THÀNH PHẦN:
- 2 lát bánh mì nguyên hạt
- 1/2 pound ức gà tây thái lát
- Nước sốt việt quất
- Kem phô mai
- Quả hồ đào, xắt nhỏ
- Rau mùi tây tươi để trang trí
- Muối và hạt tiêu cho vừa ăn

HƯỚNG DẪN:
a) Nướng những lát bánh mì nguyên hạt.
b) Trải một lớp kem phô mai lên mỗi lát.
c) Thêm lát gà tây lên trên.
d) Rưới nước sốt nam việt quất lên gà tây.
e) Rắc hồ đào cắt nhỏ.
f) Trang trí với rau mùi tây tươi.
g) Nêm với muối và hạt tiêu.

40. Bánh mì nướng bít tết và phô mai xanh

THÀNH PHẦN:
- 2 lát bánh mì baguette hoặc bánh mì Pháp
- 1/2 pound bít tết nướng, thái lát
- 2 ounce phô mai xanh, vỡ vụn
- Caramen Hành tây
- Hương thảo tươi để trang trí
- Muối và hạt tiêu cho vừa ăn

HƯỚNG DẪN:
a) Nướng các lát bánh mì baguette hoặc bánh mì Pháp.
b) Xếp các lát bít tết nướng lên trên mỗi chiếc bánh mì nướng.
c) Rắc phô mai xanh vụn lên miếng bít tết.
d) Phủ hành tây caramen lên trên.
e) Trang trí với hương thảo tươi.
f) Nêm với muối và hạt tiêu.

41.Bánh mì nướng thịt xông khói và bơ

THÀNH PHẦN:
- 2 lát bánh mì nguyên hạt
- 4 lát thịt xông khói, nấu chín cho đến khi giòn
- 1 quả bơ chín, thái lát
- Cà chua bi, giảm một nửa
- Arugula để trang trí
- Muối và hạt tiêu cho vừa ăn

HƯỚNG DẪN:
a) Nướng những lát bánh mì nguyên hạt.
b) Xếp các lát thịt xông khói giòn lên mỗi chiếc bánh mì nướng.
c) Thêm bơ thái lát và cà chua bi cắt đôi.
d) Trang trí với rau arugula.
e) Nêm với muối và hạt tiêu.

42. Bánh mì nướng giăm bông và dứa

THÀNH PHẦN:
- 2 lát bánh mì ciabatta
- 1/2 pound giăm bông thái lát mỏng
- Dứa lát
- Phô mai Thụy Sĩ, cắt nhỏ
- mù tạt Dijon
- Rau mùi tươi để trang trí
- Muối và hạt tiêu cho vừa ăn

HƯỚNG DẪN:
a) Nướng những lát bánh mì ciabatta.
b) Rải mù tạt Dijon lên từng lát.
c) Thêm lát giăm bông và dứa.
d) Rắc phô mai Thụy Sĩ cắt nhỏ lên trên.
e) Trang trí với rau mùi tươi.
f) Nêm với muối và hạt tiêu.

43.Bánh mì nướng gà và Pesto

THÀNH PHẦN:
- 2 lát bánh mì ngũ cốc
- 1/2 pound ức gà nướng, thái lát
- sốt lá húng
- Cà chua phơi nắng, thái lát
- Phô mai Parmesan, bào
- Lá húng quế tươi để trang trí
- Muối và hạt tiêu cho vừa ăn

HƯỚNG DẪN:

a) Nướng các lát bánh mì nhiều loại ngũ cốc.
b) Trải một lớp pesto húng quế lên mỗi lát.
c) Xếp các lát gà nướng lên trên.
d) Thêm cà chua thái lát phơi nắng.
e) Rắc phô mai Parmesan bào lên bánh mì nướng.
f) Trang trí với lá húng quế tươi.
g) Nêm với muối và hạt tiêu.

BÁNH MÌ PHÁP

44. Bánh mì nướng kiểu Pháp có gia vị Chai

THÀNH PHẦN:
- 1 muỗng canh đường cát
- 1 muỗng cà phê quế xay
- ¼ thìa cà phê gừng xay
- ¼ thìa cà phê bạch đậu khấu
- ¼ thìa cà phê hạt tiêu
- ¼ thìa cà phê đinh hương xay
- Chút muối
- 4 quả trứng lớn
- ¾ cốc sữa
- 1 ½ muỗng cà phê chiết xuất vani
- 4 thìa bơ
- 8 lát bánh mì brioche hoặc challah, cắt lát dày ¾-1 inch

HƯỚNG DẪN:
a) Trong một bát vừa, nông, trộn đường cát, gia vị xay (quế, gừng, bạch đậu khấu, hạt tiêu, đinh hương) và một chút muối. Đặt hỗn hợp gia vị này sang một bên.
b) Làm nóng chảo chống dính trên lửa vừa và nhỏ.
c) Đánh trứng, sữa và chiết xuất vani vào hỗn hợp gia vị trong tô nông.
d) Đun chảy hai thìa bơ trong chảo đã làm nóng trước.
e) Nhúng các lát bánh mì vào hỗn hợp sữa trứng, đảm bảo chúng được phủ đều cả hai mặt. Việc này sẽ mất khoảng 2-3 giây cho mỗi bên.
f) Chiên các lát đã tráng trên chảo, làm từng mẻ 2 hoặc 3 miếng mỗi lần tùy thuộc vào kích cỡ chảo của bạn. Nấu khoảng 3-3 ½ phút mỗi mặt hoặc cho đến khi chúng chuyển sang màu nâu vàng, thêm bơ nếu cần.
g) Lặp lại quá trình với số sữa trứng và lát bánh mì còn lại.
h) Phục vụ món bánh mì nướng kiểu Pháp có gia vị chai còn ấm, kèm theo bơ và xi-rô hoặc các loại đồ phủ yêu thích của bạn.
i) Hãy thưởng thức món bánh mì nướng kiểu Pháp có gia vị Chai thơm ngon và thơm ngon của bạn!

45. Bánh mì nướng quế kiểu Pháp cổ điển

THÀNH PHẦN:
- 4 lát bánh mì dày (trắng, brioche hoặc challah)
- 3 quả trứng lớn
- ½ cốc sữa
- 1 muỗng cà phê chiết xuất vani
- 1 muỗng cà phê quế xay
- Bơ để nấu ăn
- Xi-rô phong để phục vụ

HƯỚNG DẪN:

a) Trong một cái bát nông, đánh trứng, sữa, chiết xuất vani và quế xay.

b) Đun nóng chảo chống dính lớn hoặc vỉ nướng trên lửa vừa và làm tan chảy một ít bơ.

c) Nhúng từng lát bánh mì vào hỗn hợp trứng, để ngấm vài giây mỗi mặt.

d) Đặt bánh mì đã nhúng vào chảo nóng và chiên cho đến khi vàng nâu mỗi mặt, khoảng 2-3 phút mỗi mặt.

e) Phục vụ bánh mì nướng kiểu Pháp ấm với một chút xi-rô cây thích.

46. Bánh mì nướng kiểu Pháp đại hoàng

THÀNH PHẦN:
- 4 lát bánh mì
- 2 quả trứng
- ½ cốc sữa
- ¼ chén đại hoàng xắt nhỏ
- 1 thìa đường
- ½ muỗng cà phê quế
- Bơ để nấu ăn

HƯỚNG DẪN:

a) Trong một cái bát, đánh đều trứng, sữa, đường và quế.

a) Nhúng từng lát bánh mì vào hỗn hợp trứng, đảm bảo nó được phủ đều.

b) Rắc đại hoàng cắt nhỏ lên trên hai lát bánh mì, sau đó xếp những lát còn lại lên trên để làm bánh sandwich.

c) Đun nóng chảo trên lửa vừa và thêm một ít bơ.

d) Nấu từng chiếc bánh mì nướng kiểu Pháp cho đến khi vàng nâu cả hai mặt.

e) Ăn nóng với một chút xi-rô cây thích.

47. Bánh mì nướng kiểu Pháp Prosecco

THÀNH PHẦN:
- 4 lát bánh mì (chẳng hạn như brioche hoặc bánh mì Pháp)
- ¾ cốc Prosecco
- ¼ cốc sữa
- 2 quả trứng
- 1 thìa đường
- ½ muỗng cà phê chiết xuất vani
- Bơ để nấu ăn
- Đường bột để rắc (tùy chọn)
- Quả mọng tươi để phục vụ (tùy chọn)

HƯỚNG DẪN:

a) Trong một chiếc đĩa cạn, đánh đều rượu Prosecco, sữa, trứng, đường và chiết xuất vani.

b) Đun nóng chảo chống dính hoặc vỉ nướng trên lửa vừa và làm tan chảy một lớp bơ.

c) Nhúng từng lát bánh mì vào hỗn hợp Prosecco, để ngâm trong vài giây cho mỗi mặt.

d) Đặt bánh mì đã ngâm vào chảo và chiên cho đến khi vàng nâu mỗi mặt, khoảng 2-3 phút mỗi mặt.

e) Lặp lại với những lát bánh mì còn lại, thêm bơ nếu cần.

f) Rắc đường bột lên bánh mì nướng Prosecco kiểu Pháp nếu muốn và dùng kèm với quả mọng tươi.

48. Bánh mì nướng kiểu Pháp Mocha

THÀNH PHẦN:
- 4 lát bánh mì
- 2 quả trứng lớn
- ¼ cốc sữa (sữa hoặc thực vật)
- 1 thìa bột cacao
- 1 thìa cà phê hạt hòa tan
- 1 muỗng canh đường cát
- Bơ hoặc dầu để chiên
- Xi-rô phong và quả mọng tươi để phục vụ (tùy chọn)

HƯỚNG DẪN:

a) Trong một đĩa nông, đánh trứng, sữa, bột ca cao, hạt cà phê hòa tan và đường.

b) Nhúng từng lát bánh mì vào hỗn hợp, để ngấm vài giây mỗi mặt.

c) Đun nóng chảo chống dính hoặc vỉ nướng trên lửa vừa và làm tan chảy một ít bơ hoặc dầu nóng.

d) Đặt các lát bánh mì đã ngâm vào chảo và chiên cho đến khi vàng nâu ở mỗi mặt.

e) Lặp lại với các lát bánh mì còn lại, thêm bơ hoặc dầu nếu cần.

f) Phục vụ bánh mì nướng mocha kiểu Pháp với xi-rô cây thích và quả mọng tươi nếu muốn.

49. Bánh mì nướng kiểu Pháp có quả mọng và kem phô mai

THÀNH PHẦN:
- 8 lát bánh mì (trắng, brioche hoặc challah)
- Phô mai kem 4 ounce, làm mềm
- ½ cốc hỗn hợp các loại quả mọng (dâu tây, việt quất, mâm xôi)
- 3 quả trứng lớn
- ½ cốc sữa
- 1 muỗng cà phê chiết xuất vani
- Bơ để nấu ăn
- Đường bột để rắc đường

HƯỚNG DẪN:
a) Trải kem phô mai đã mềm lên một mặt của 4 lát bánh mì.
b) Đặt các loại quả mọng đã trộn lên trên lớp kem phô mai và phủ 4 lát bánh mì còn lại lên để làm bánh sandwich.
c) Trong một cái bát nông, đánh đều trứng, sữa và chiết xuất vani.
d) Đun nóng chảo chống dính lớn hoặc vỉ nướng trên lửa vừa và làm tan chảy một ít bơ.
e) Nhúng từng chiếc bánh sandwich nhồi vào hỗn hợp trứng, phủ đều cả hai mặt.
f) Đặt bánh mì đã nhúng vào chảo nóng và chiên cho đến khi vàng nâu mỗi mặt, khoảng 3-4 phút mỗi mặt.
g) Phục vụ bánh mì nướng kiểu Pháp còn ấm với một chút đường bột.

50.Bánh mì nướng kiểu Pháp Ricotta chanh

THÀNH PHẦN:
- 4 lát bánh mì dày (trắng, brioche hoặc challah)
- 1 cốc phô mai ricotta
- Vỏ của 1 quả chanh
- 2 thìa đường
- 3 quả trứng lớn
- ½ cốc sữa
- Bơ để nấu ăn
- Quả mọng tươi để phủ lên trên

HƯỚNG DẪN:
a) Trong một cái bát, trộn phô mai ricotta, vỏ chanh và đường cho đến khi hòa quyện.
b) Trải hỗn hợp ricotta lên một mặt của mỗi lát bánh mì.
c) Trong một cái bát nông, đánh trứng và sữa cùng nhau.
d) Đun nóng chảo chống dính lớn hoặc vỉ nướng trên lửa vừa và làm tan chảy một ít bơ.
e) Nhúng từng lát bánh mì phủ ricotta vào hỗn hợp trứng, phủ đều cả hai mặt.
f) Đặt các lát đã nhúng vào chảo nóng và nấu cho đến khi vàng nâu ở mỗi mặt, khoảng 2-3 phút mỗi mặt.
g) Phục vụ bánh mì nướng kiểu Pháp ấm với quả mọng tươi ở trên.

51. Bánh mì nướng Pháp caramel táo

THÀNH PHẦN:
- 4 lát bánh mì dày (trắng, brioche hoặc challah)
- 1 quả táo lớn, gọt vỏ, bỏ lõi và thái lát mỏng
- 2 thìa bơ
- 2 muỗng canh đường nâu
- ½ muỗng cà phê quế xay
- 3 quả trứng lớn
- ½ cốc sữa
- Bơ để nấu ăn
- Nước sốt caramel để phục vụ

HƯỚNG DẪN:

a) Trong chảo, làm tan bơ trên lửa vừa. Thêm táo thái lát, đường nâu và quế xay. Nấu cho đến khi táo mềm và có màu caramen, khoảng 5 phút. Loại bỏ khỏi nhiệt.

b) Trong một cái bát nông, đánh trứng và sữa cùng nhau.

c) Đun nóng chảo chống dính lớn hoặc vỉ nướng trên lửa vừa và làm tan chảy một ít bơ.

d) Nhúng từng lát bánh mì vào hỗn hợp trứng, phủ đều cả hai mặt.

e) Đặt các lát đã nhúng vào chảo nóng và nấu cho đến khi vàng nâu ở mỗi mặt, khoảng 2-3 phút mỗi mặt.

f) Phục vụ bánh mì nướng kiểu Pháp còn ấm, bên trên là táo tráng caramen và một chút sốt caramen.

52. Bánh mì nướng kiểu Pháp với sữa đông quýt

THÀNH PHẦN:
- 2 quả trứng, đánh bông
- ¾ cốc sữa
- 1 muỗng cà phê chiết xuất vani
- 4 lát bánh mì, mỗi lát cắt thành 4 dải
- 1 muỗng canh bơ
- Xi-rô cây phong
- Sữa đông quýt hoặc chất bảo quản yêu thích

HƯỚNG DẪN:
a) Đánh đều trứng, sữa và vani trong một cái bát cạn. Nhúng dải bánh mì, ngâm đều.
b) Đun chảy bơ trong chảo trên lửa vừa. Thêm dải bánh mì; nấu cho đến khi vàng đều hai mặt.
c) Ăn nóng với xi-rô hoặc bảo quản để chấm.

53. Bánh mì nướng kiểu Pháp phủ bột ngô

THÀNH PHẦN:
- 4 lát bánh mì
- 2 quả trứng
- ½ cốc sữa
- 1 chén bánh ngô nghiền
- Bơ, để nấu ăn
- Xi-rô cây phong và trái cây tươi dùng để phục vụ

HƯỚNG DẪN:
a) Trong một cái đĩa nông, đánh trứng và sữa cùng nhau.
b) Đặt bánh ngô đã nghiền nát vào một đĩa nông khác.
c) Nhúng từng lát bánh mì vào hỗn hợp trứng, sau đó phết bột ngô đã nghiền nát lên cả hai mặt, ấn nhẹ cho bám dính.
d) Đun nóng một miếng bơ trong chảo trên lửa vừa.
e) Nấu các lát bánh mì tráng cho đến khi vàng nâu và giòn cả hai mặt, khoảng 2-3 phút mỗi mặt.
f) Ăn kèm siro phong và trái cây tươi.

54. Bánh mì nướng kiểu Pháp chanh dây

THÀNH PHẦN:
- 8 lát bánh mì
- 4 quả trứng
- ½ cốc sữa
- ¼ cốc cùi chanh dây
- 2 thìa bơ
- Đường bột, để phục vụ

HƯỚNG DẪN:
a) Trong một cái đĩa nông, đánh đều trứng, sữa và cùi chanh dây.
b) Đun nóng chảo chống dính trên lửa vừa và làm tan chảy 1 thìa bơ.
c) Nhúng từng lát bánh mì vào hỗn hợp trứng, phủ cả hai mặt.
d) Chiên bánh mì trong chảo cho đến khi vàng đều hai mặt.
e) Lặp lại với các lát bánh mì còn lại, thêm bơ nếu cần.
f) Ăn kèm với đường bột và thêm cùi chanh dây.

55. Bánh mì nướng kiểu Pháp Limoncello nướng

THÀNH PHẦN:
- 1 ổ bánh mì Pháp, cắt thành lát dày 1 inch
- 4 quả trứng lớn
- 1 cốc sữa
- ¼ cốc rượu Limoncello
- ¼ cốc đường cát
- 1 muỗng cà phê chiết xuất vani
- Vỏ của 1 quả chanh
- Chút muối
- Đường bột và quả mọng tươi để phục vụ

HƯỚNG DẪN:
a) Làm nóng lò ở nhiệt độ 375°F (190°C). Bôi mỡ lên đĩa nướng đủ lớn để xếp các lát bánh mì thành một lớp.

b) Xếp các lát bánh mì vào đĩa nướng đã chuẩn bị sẵn.

c) Trong một tô trộn, trộn đều trứng, sữa, rượu mùi Limoncello, đường cát, chiết xuất vani, vỏ chanh và muối.

d) Đổ hỗn hợp trứng lên các lát bánh mì, đảm bảo rằng tất cả bánh mì đều được phủ đều.

e) Để bánh mì ngâm trong hỗn hợp khoảng 10 phút, dùng thìa ấn nhẹ xuống để bánh thấm nước.

f) Nướng bánh mì nướng kiểu Pháp trong 25-30 phút hoặc cho đến khi bánh vàng và phồng lên.

g) Lấy ra khỏi lò và để nguội trong vài phút.

h) Rắc đường bột lên Bánh mì nướng kiểu Pháp Limoncello nướng và dùng kèm với quả mọng tươi.

56.Piña Colada

THÀNH PHẦN:
- 4 lát bánh mì
- 2 quả trứng
- ¼ cốc nước cốt dừa
- ¼ cốc nước ép dứa
- ¼ thìa cà phê chiết xuất vani
- ¼ muỗng cà phê quế xay
- ¼ chén dừa vụn
- Bơ hoặc dầu để chiên

HƯỚNG DẪN

a) Trong một đĩa nông, đánh trứng, nước cốt dừa, nước ép dứa, chiết xuất vani và quế.

b) Nhúng từng lát bánh mì vào hỗn hợp trứng, đảm bảo phủ đều cả hai mặt.

c) Đun nóng chảo trên lửa vừa và thêm một thìa bơ hoặc dầu.

d) Cho các lát bánh mì vào chảo và nướng mỗi mặt trong 2-3 phút cho đến khi có màu vàng nâu.

e) Rắc dừa vụn lên trên bánh mì nướng kiểu Pháp và dùng kèm với xi-rô.

57. mì nướng kiểu Pháp với dứa và dừa

THÀNH PHẦN:
- ½ quả dứa gọt vỏ và cắt thành từng khoanh
- 6 lát bánh mì dày
- 3 quả trứng
- ½ cốc nước cốt dừa
- ½ muỗng cà phê chiết xuất vani
- ¼ thìa cà phê quế xay
- ¼ chén dừa vụn
- Xi-rô phong để phục vụ

HƯỚNG DẪN

a) Làm nóng lò nướng ở mức lửa vừa.
b) Đánh đều trứng, nước cốt dừa, chiết xuất vani và quế xay trong tô.
c) Nhúng lát bánh mì vào hỗn hợp trứng, sau đó phủ dừa vụn lên trên.
d) Nướng các lát dứa trong 2-3 phút mỗi mặt cho đến khi có màu caramen.
e) Nướng các lát bánh mì trong 2-3 phút mỗi mặt cho đến khi vàng nâu.
f) Phục vụ bánh mì nướng kiểu Pháp với dứa nướng và xi-rô cây phong.

58. Bánh mì nướng kiểu Pháp Kiwi

THÀNH PHẦN:
- 4 lát bánh mì dày (trắng, brioche hoặc challah)
- 2 quả kiwi chín, gọt vỏ và thái lát
- 3 quả trứng lớn
- ½ cốc sữa
- 1 muỗng cà phê chiết xuất vani
- 1 thìa đường
- Bơ để nấu ăn
- Mật ong hoặc si-rô phong để phục vụ

HƯỚNG DẪN:
a) Trong một cái bát nông, đánh đều trứng, sữa, chiết xuất vani và đường.
b) Đun nóng chảo chống dính lớn hoặc vỉ nướng trên lửa vừa và làm tan chảy một ít bơ.
c) Nhúng từng lát bánh mì vào hỗn hợp trứng, để ngấm vài giây mỗi mặt.
d) Đặt bánh mì đã nhúng vào chảo nóng và chiên cho đến khi vàng nâu mỗi mặt, khoảng 2-3 phút mỗi mặt.
e) Sau khi các lát bánh mì nướng kiểu Pháp đã chín, hãy chuyển chúng ra đĩa phục vụ.
f) Đặt từng lát kiwi lên trên.
g) Rưới mật ong hoặc xi-rô phong lên bánh mì nướng kiểu Pháp và kiwi.
h) Phục vụ bánh mì nướng kiểu Pháp Kiwi còn ấm.

59. Bánh mì nướng kiểu Pháp việt quất nướng bằng gỗ

THÀNH PHẦN:
- 8 miếng bánh mì nguyên hạt tươi, thái lát
- 5 quả trứng lớn, đánh bông
- 44ml sữa
- 85g Xi-rô cây phong
- ¼ thìa cà phê muối biển
- ½ muỗng cà phê quế xay
- 125g quả việt quất
- 6 muỗng canh dầu ô liu
- 8 miếng bơ

HƯỚNG DẪN
a) Rưới dầu ô liu vào chảo hoặc đĩa gang lớn.
b) Kết hợp trứng, sữa, xi-rô cây phong, muối và quế trong một đĩa trộn lớn.
c) Nhúng từng lát bánh mì vào nước sốt.
d) Đặt bánh mì vào chảo và ngâm trong hỗn hợp trứng trong 5-10 phút.
e) Đặt quả việt quất lên trên bánh mì.
f) Nướng ở nhiệt độ còn lại của lò cho đến khi bột trứng ngấm và bánh có màu vàng nâu.
g) Lấy ra khỏi lò và rưới siro phong và bơ lên trên.

60. Bánh mì nướng kiểu Pháp kẹo tổ ong

THÀNH PHẦN:
- 4 lát bánh mì
- 2 quả trứng
- ¼ cốc sữa
- ½ muỗng cà phê chiết xuất vani
- Bơ để chiên
- Mật ong để làm mưa phùn
- Kẹo tổ ong, nghiền nát

HƯỚNG DẪN:
a) Trong một cái bát nông, đánh đều trứng, sữa và chiết xuất vani.
b) Nhúng từng lát bánh mì vào hỗn hợp trứng, phủ cả hai mặt.
c) Làm nóng chảo rán trên lửa vừa và làm tan chảy một ít bơ.
d) Đặt các lát bánh mì đã nhúng vào chảo và chiên cho đến khi vàng nâu ở mỗi mặt.
e) Phục vụ bánh mì nướng kiểu Pháp với một ít mật ong, rắc kẹo tổ ong nghiền nát.
f) Hãy thưởng thức món bánh mì nướng kiểu Pháp kẹo tổ ong ngọt ngào và giòn này nhé.

61. Bánh mì nướng kiểu Pháp Dalgona

THÀNH PHẦN:
- 2 thìa cà phê hòa tan
- 2 thìa đường
- 2 muỗng canh nước nóng
- 4 lát bánh mì
- 2 quả trứng
- ½ cốc sữa
- 1 muỗng cà phê chiết xuất vani
- Bơ, để nấu ăn

HƯỚNG DẪN:

a) Trong một cái bát, trộn cà phê hòa tan, đường và nước nóng cho đến khi đặc và nổi bọt.

b) Trong một cái đĩa nông, đánh trứng, sữa và chiết xuất vani.

c) Nhúng từng lát bánh mì vào hỗn hợp trứng, phủ cả hai mặt.

d) Nhẹ nhàng trộn một nửa hỗn hợp Dalgona đã đánh bông vào hỗn hợp trứng còn lại.

e) Đun nóng chảo rán hoặc vỉ nướng trên lửa vừa và làm tan chảy bơ.

f) Nấu các lát bánh mì đã ngâm cho đến khi vàng nâu cả hai mặt.

g) Phục vụ bánh mì nướng kiểu Pháp với một ít hỗn hợp Dalgona còn lại ở trên.

62. Bánh mì nướng kiểu Pháp Pavlova

THÀNH PHẦN:
- 4 lát bánh mì
- 3 quả trứng
- ½ cốc sữa
- ½ muỗng cà phê chiết xuất vani
- ¼ thìa cà phê quế
- 2 vỏ Pavlova nhỏ, vỡ vụn
- Bơ, để nấu ăn
- Kem đánh bông, để phục vụ
- Quả mọng hỗn hợp, để phục vụ

HƯỚNG DẪN

a) Trong một cái đĩa nông, đánh trứng, sữa, chiết xuất vani và quế.

b) Nhúng từng lát bánh mì vào hỗn hợp trứng, đảm bảo phủ đều cả hai mặt.

c) Đun nóng chảo trên lửa vừa và làm tan chảy một ít bơ.

d) Cho các lát bánh mì vào chảo và chiên cho đến khi vàng nâu cả hai mặt.

e) Phục vụ bánh mì nướng kiểu Pháp phủ kem tươi, quả mọng hỗn hợp và vỏ Pavlova nhỏ vụn.

63. Bánh mì nướng kiểu Pháp Nutella và quế

THÀNH PHẦN:
- 8 lát bánh mì nướng
- 2 quả trứng
- 4 thìa sữa
- Nutella, để nếm thử
- 2 thìa quế
- 3 thìa đường
- bơ, để nếm thử

HƯỚNG DẪN:
a) Cắt bỏ lớp vỏ của bánh mì nướng.
b) Dùng cây cán bột để làm phẳng bánh mì nướng.
c) Trong một cái bát, đánh trứng và sữa.
d) Trộn đường và quế vào đĩa.
e) Trải Nutella lên bánh mì nướng và cuộn chặt lại.
f) Nhúng cuộn bánh mì nướng kiểu Pháp vào hỗn hợp trứng và chiên trên chảo với bơ cho đến khi có màu nâu giòn.
g) Cuộn bánh mì nướng kiểu Pháp cuộn trong hỗn hợp đường và quế rồi thưởng thức cùng cà phê cho bữa sáng hoặc bữa sáng muộn.

64. Bánh mì nướng kiểu Pháp rừng đen

THÀNH PHẦN:
- 2 lát bánh mì challah, cắt lát dày
- 2 quả trứng
- 2 - 3 thìa rưỡi hoặc sữa
- 4 – 6 thìa đường
- 2 - 3 thìa ca cao Hershey, không đường.
- 1 thìa cà phê vani
- 1 thìa cà phê quế, xay
- 1 nhúm muối
- 2 - 3 muỗng canh phô mai kem hoặc phô mai kem tươi

BÊN TRÊN CHO BÁNH MÌ PHÁP
- 1 chai si-rô sô-cô-la đen đặc biệt của Hershey
- 1 lọ mứt anh đào chua hoặc mứt anh đào chua
- 1 lọ griottines (anh đào ở kirsch)
- 1 lon kem tươi
- ¼ c sô-cô-la chip vừa ngọt

HƯỚNG DẪN:

a) Lấy một cái bát có kích thước khá lớn để chuẩn bị hỗn hợp nhúng bánh mì nướng vào.

b) Thêm trứng của bạn và đánh chúng. Sau đó thêm Half & Half , vani, quế, stevia và ca cao Hershey.

c) Đánh tất cả những thứ này lại với nhau. Sẽ mất một chút thời gian khuấy để sô cô la hòa quyện nhưng sẽ thành công sau một vài phút.

d) Làm nóng lò ở nhiệt độ 350 hoặc sử dụng lò nướng bánh mì.

e) Đun nóng dầu hoặc bơ trong chảo.

f) Bây giờ lấy một lát bánh mì nhúng vào hỗn hợp cho thấm, lật lại và lấy mặt còn lại. Lặp lại cho lát khác.

g) Lắc phần thừa và cho vào chảo để nấu. Nấu cho đến khi cả hai mặt đều có màu nâu đẹp và giòn.

h) Đặt một lát bánh mì nướng lên đĩa và thêm một ít phô mai kem và phủ một ít sô cô la chip lên trên.

i) Thêm lát bánh mì nướng khác của bạn lên trên. Bây giờ, đặt 2 lát bánh mì nướng của bạn vào khay nướng và cho vào lò nướng/hoặc lò nướng bánh mì trong khoảng 5 phút cho đến khi khoai tây chiên tan chảy. Lấy ra và bày ra đĩa.

j) Thêm một ít quả anh đào chua lên trên bánh mì nướng cùng với vài thìa chất lỏng ngọt. Thêm kem đánh bông của bạn, thêm 3 hoặc 4 Griottines và một muỗng canh kirsch lên trên và rưới xi-rô sô cô la Hershey's lên khắp bánh mì nướng kiểu Pháp.

k) Thêm một ít sô cô la chip nữa...bây giờ bạn đã sẵn sàng ăn món Bánh mì nướng kiểu Pháp ngon nhất mà bạn từng ăn. Thưởng thức từng miếng cắn!

65. Bánh mì nướng kiểu Pháp dâu phô mai

THÀNH PHẦN:
- ½ chén kem phô mai, làm mềm
- 2 muỗng canh đường bột
- 2 muỗng canh mứt dâu
- 8 lát bánh mì trắng đồng quê
- 2 quả trứng
- ½ cốc rưỡi
- 2 muỗng canh đường
- 4 muỗng canh bơ, chia

HƯỚNG DẪN:

a) Trộn kem phô mai và đường bột vào một cái bát nhỏ; trộn đều. Khuấy chất bảo quản.

b) Trải đều hỗn hợp kem phô mai lên 4 lát bánh mì; phủ các lát còn lại lên trên để tạo thành bánh sandwich.

c) Đánh đều trứng, nửa rưỡi và đường trong một tô vừa; để qua một bên.

d) Đun chảy 2 thìa bơ trong chảo lớn trên lửa vừa. Nhúng từng chiếc bánh sandwich vào hỗn hợp trứng, phủ đều cả hai mặt.

e) Nấu 2 chiếc bánh mì sandwich mỗi lần từ 1 đến 2 phút mỗi mặt hoặc cho đến khi vàng.

f) Đun chảy phần bơ còn lại và nấu những chiếc bánh sandwich còn lại theo hướng dẫn.

66. Bánh mì nướng kiểu Pháp PB&J

THÀNH PHẦN:
- 4 lát bánh mì
- 2 quả trứng
- ¼ cốc sữa
- 2 muỗng canh bơ đậu phộng
- 2 muỗng canh thạch trái cây hoặc mứt
- Bơ hoặc bình xịt nấu ăn để nấu ăn

HƯỚNG DẪN

a) Đánh đều trứng và sữa trong một cái bát nông.
b) Phết bơ đậu phộng và thạch hoặc mứt lên hai lát bánh mì và đặt hai lát còn lại lên trên để làm bánh sandwich.
c) Nhúng bánh sandwich vào hỗn hợp trứng, đảm bảo phủ đều cả hai mặt.
d) Đun nóng bơ hoặc xịt nấu ăn trong chảo chống dính lớn trên lửa vừa.
e) Nướng bánh mì sandwich trong 2-3 phút mỗi mặt cho đến khi có màu vàng nâu.
f) Ăn nóng và thưởng thức!

67. Bánh mì nướng kiểu Pháp Toblerone

THÀNH PHẦN:
- 3 lát bánh mì Pháp
- 2 quả trứng đánh nhẹ
- ⅔ cốc sữa
- 1 muỗng cà phê chiết xuất vani
- ¼ thìa cà phê muối
- 1 cốc vụn bánh quy graham
- bơ
- 6 viên kẹo dẻo lớn cắt làm đôi
- Toblerone kích thước đầy đủ , chia thành hình chữ nhật
- Xi-rô phong để phục vụ

HƯỚNG DẪN

a) Trong một cái bát nông hoặc đĩa bánh, đánh trứng, sữa, vani và muối với nhau.

b) Nhúng bánh mì vào hỗn hợp trứng, phủ từng mặt.

c) Nhấn cả hai mặt của bánh mì vào vụn bánh quy graham.

d) Đun chảy khoảng ½ thìa bơ trên vỉ nướng hoặc chảo chống dính cho mỗi lát bánh mì.

e) Nấu cho đến khi có màu nâu và giòn thì lật sang mặt khác, cho thêm một ít bơ vào chảo trước.

f) Khi vẫn còn nóng, hãy xếp các lát bánh mì nướng kiểu Pháp, xếp các lớp kẹo dẻo và sô cô la Toblerone vào giữa.

g) Cắt làm đôi cho 2 phần ăn.

68. Bánh mì nướng kiểu Pháp Oreo

THÀNH PHẦN:
- 3 quả trứng lớn
- ¼ cốc sữa
- 1 muỗng cà phê chiết xuất vani
- 10 bánh Oreo, nghiền nát
- 6 lát bánh mì brioche
- 4 muỗng canh bơ không muối, để chiên

HƯỚNG DẪN:
a) Đập trứng vào một cái bát nông rồi thêm sữa và chiết xuất vani.
b) Đánh đều cho đến khi mịn và đặt sang một bên.
c) Nghiền nát bánh Oreo của bạn và thêm chúng vào chiếc bát cạn thứ hai. Lý tưởng nhất là bạn sẽ nghiền nát một số bánh Oreo thành bụi mịn và còn lại một số miếng lớn hơn.
d) Cho khoảng 2 thìa bơ vào chảo lớn và đun nóng trên lửa vừa.
e) Làm việc nhanh chóng, nhúng từng lát bánh mì vào nước rửa trứng, phủ cả hai mặt rồi chuyển nó vào bát của bạn với Oreo nghiền nát.
f) Sau đó, chuyển bánh mì đã tráng bột vào chảo nóng, chiên khoảng 3 phút mỗi mặt.
g) Lặp lại cho cả 6 lát bánh mì, thêm bơ vào chảo nếu cần.
h) Đặt bánh mì nướng kiểu Pháp lên khay nướng có lót giấy da hoặc tấm lót nướng có thể tái sử dụng và giữ ấm trong lò ở nhiệt độ 200°F cho đến khi sẵn sàng phục vụ.

69. Bánh mì nướng kiểu Pháp Nutella

THÀNH PHẦN:
- ¼ cốc Nutella
- 2 quả trứng, đánh bông
- 1 muỗng canh chiết xuất vani
- 4 lát bánh mì
- ½ muỗng cà phê quế xay
- 1 quả chuối, thái lát
- 2 thìa bơ
- ¼ cốc sữa sô cô la

HƯỚNG DẪN:

a) Đặt Nutella lên một mặt của hai lát bánh mì trước khi phủ các lát chuối lên trên.

b) Đặt các lát bánh mì còn lại lên trên để tạo thành hai chiếc bánh sandwich.

c) Trộn quế, sữa sô cô la, chiết xuất vani và trứng trong một chiếc bát cỡ vừa và nhúng hoàn toàn những chiếc bánh sandwich đó vào đó để tráng đều.

d) Nấu những chiếc bánh mì này ở nhiệt độ thấp trong bơ nóng trong khoảng 6 phút cho mỗi mặt.

e) Phục vụ.

70. Bánh mì nướng kiểu Pháp S'mores

THÀNH PHẦN:
- 3 lát bánh mì Pháp
- 2 quả trứng đánh nhẹ
- ⅔ cốc sữa
- 1 muỗng cà phê chiết xuất vani
- ¼ thìa cà phê muối
- 1 cốc vụn bánh quy graham
- bơ
- 6 viên kẹo dẻo lớn cắt làm đôi
- 2 thanh Hershey's kích thước đầy đủ được chia thành hình chữ nhật
- Xi-rô phong và/hoặc nước sốt kẹo mềm để phục vụ

HƯỚNG DẪN

a) Trong một cái bát nông hoặc đĩa bánh, đánh trứng, sữa, vani và muối với nhau.
b) Nhúng bánh mì vào hỗn hợp trứng, phủ từng mặt.
c) Nhấn cả hai mặt của bánh mì vào vụn bánh quy graham.
d) Đun chảy khoảng ½ thìa bơ trên vỉ nướng hoặc chảo chống dính cho mỗi lát bánh mì. Nấu cho đến khi có màu nâu và giòn thì lật sang mặt khác, cho thêm một ít bơ vào chảo trước.
e) Khi còn nóng, hãy xếp các lát bánh mì nướng kiểu Pháp lên, xếp các lớp kẹo dẻo và sô cô la vào giữa.
f) Cắt làm đôi cho 2 phần ăn.

71. Bánh mì nướng kiểu Pháp Marshmallow cuộn

THÀNH PHẦN:
ĐỐI VỚI CUỘN LÊN:
- 8 lát bánh mì sandwich trắng
- ½ cốc kẹo dẻo nhỏ
- ½ cốc sô-cô-la chip nhỏ
- 1 muỗng canh bơ

ĐỐI VỚI HỖN HỢP TRỨNG SÔ-CÔ-LA:
- 2 quả trứng lớn
- 3 muỗng canh sữa
- ½ muỗng canh chiết xuất vani
- 1 muỗng canh bột cacao

ĐỐI VỚI HỖN HỢP SÔ-CÔ-LA-ĐƯỜNG:
- ⅓ cốc đường cát
- 1 thìa cà phê quế
- 1 muỗng canh bột cacao

HƯỚNG DẪN:
a) Cắt lớp vỏ từ mỗi lát bánh mì và dùng cán cán dẹt miếng bánh ra.

b) Đặt những viên kẹo dẻo nhỏ và sô-cô-la chip vào bên trong về phía một đầu của lát bánh mì.

c) Cuộn bánh mì thật chặt. Lặp lại với những lát bánh mì còn lại.

d) Chuẩn bị hỗn hợp trứng sô cô la: trong một cái bát nông, đánh trứng, sữa, chiết xuất vani và một thìa bột ca cao với nhau. Khuấy đều.

e) Chuẩn bị hỗn hợp sô cô la-đường: trên đĩa, trộn đường, quế và một thìa bột ca cao. Để qua một bên.

f) Đun nóng chảo trên lửa vừa và làm tan chảy bơ.

g) Nhúng từng cuộn vào hỗn hợp trứng sô cô la, phủ đều rồi đặt chúng vào chảo. Nấu chúng cho đến khi vàng nâu tất cả các mặt, khoảng 2 phút mỗi mặt. Thêm bơ vào chảo khi cần thiết.

h) Lấy từng cuộn đã nấu chín ra khỏi chảo và lăn ngay vào hỗn hợp sô-cô-la-đường cho đến khi phủ đầy đường.

72.Bánh mì nướng kiểu Pháp caramel mặn và hồ đào

THÀNH PHẦN:
- 4 lát bánh mì dày (trắng, brioche hoặc challah)
- 4 muỗng canh nước sốt caramel mặn
- ½ chén hồ đào, xắt nhỏ
- 3 quả trứng lớn
- ½ cốc sữa
- 1 muỗng cà phê chiết xuất vani
- Bơ để nấu ăn
- Kem tươi để phủ lên trên (tùy chọn)

HƯỚNG DẪN:
a) Rưới nước sốt caramel mặn lên một mặt của từng lát bánh mì.
b) Rắc quả hồ đào cắt nhỏ lên trên nước sốt caramel và phủ các lát bánh mì còn lại lên để làm bánh mì sandwich.
c) Trong một cái bát nông, đánh đều trứng, sữa và chiết xuất vani.
d) Đun nóng chảo chống dính lớn hoặc vỉ nướng trên lửa vừa và làm tan chảy một ít bơ.
e) Nhúng từng chiếc bánh sandwich nhồi vào hỗn hợp trứng, phủ đều cả hai mặt.
f) Đặt bánh mì đã nhúng vào chảo nóng và chiên cho đến khi vàng nâu mỗi mặt, khoảng 3-4 phút mỗi mặt.
g) Phục vụ bánh mì nướng kiểu Pháp còn ấm, phủ một ít kem đánh bông và rưới thêm sốt caramel mặn.

73. Bánh mì nướng kiểu Pháp Mascarpone việt quất

THÀNH PHẦN:
- 4 lát bánh mì dày (trắng, brioche hoặc challah)
- 4 thìa phô mai mascarpone
- 1 cốc quả việt quất tươi
- Vỏ của 1 quả chanh
- 3 quả trứng lớn
- ½ cốc sữa
- Bơ để nấu ăn
- Vỏ chanh và đường bột để làm topping

HƯỚNG DẪN:
a) Trải phô mai mascarpone lên một mặt của mỗi lát bánh mì.
b) Rắc quả việt quất tươi lên trên lớp phô mai mascarpone và rắc vỏ chanh. Phủ các lát bánh mì còn lại lên để làm bánh sandwich.
c) Trong một cái bát nông, đánh trứng và sữa cùng nhau.
d) Đun nóng chảo chống dính lớn hoặc vỉ nướng trên lửa vừa và làm tan chảy một ít bơ.
e) Nhúng từng chiếc bánh sandwich nhồi vào hỗn hợp trứng, phủ đều cả hai mặt.
f) Đặt bánh mì đã nhúng vào chảo nóng và chiên cho đến khi vàng nâu mỗi mặt, khoảng 3-4 phút mỗi mặt.
g) Phục vụ bánh mì nướng kiểu Pháp còn ấm, phủ thêm vỏ chanh và một ít đường bột lên trên.

74. Bánh mì nướng kiểu Pháp bọc thịt xông khói

THÀNH PHẦN:
NƯỚC XỐT:
- 4 muỗng canh bơ không muối
- ½ cốc si-rô phong
- 3 muỗng canh kem nặng
- 2 thìa rượu tequila
- ⅛ muỗng cà phê muối
- 1 muỗng canh nước cốt chanh

BÁNH MÌ PHÁP:
- 8 miếng thịt xông khói hun khói cắt lát
- 4 lát bánh mì brioche hoặc challah (dày 1 inch)
- 5 quả trứng lớn
- ⅔ cốc sữa
- 1 muỗng cà phê chiết xuất vani
- ⅛ muỗng cà phê muối

HƯỚNG DẪN

a) Làm nóng lò ở nhiệt độ 375° F.
b) Đun chảy bơ trong chảo nhỏ trên lửa vừa.
c) Khuấy xi-rô cây phong, kem, rượu tequila và muối.
d) Đun nhỏ lửa và nấu, khuấy thường xuyên cho đến khi hơi đặc khoảng 5 phút. Tắt bếp và cho nước cốt chanh vào khuấy đều.
e) Xếp 2 lát thịt xông khói xung quanh các cạnh của mỗi chảo nhỏ dạng lò xo, chồng lên nhau nếu cần sao cho chỉ xung quanh các cạnh chứ không nằm ở đáy chảo.
f) Cắt và tỉa các lát bánh mì nếu cần để bạn có thể vừa khít chúng vào từng chảo với thịt xông khói "xung quanh".
g) Đánh đều trứng, sữa, vani và muối trong tô. Múc hoặc đổ hỗn hợp lên các lát bánh mì, dừng lại khi cần thiết để chất lỏng được hấp thụ.
h) Để yên trong 10 phút, dùng nĩa chọc các lát một hoặc hai lần. Đặt chảo dạng lò xo lên khay nướng.
i) Nướng cho đến khi trứng chín và bánh mì nướng kiểu Pháp phồng lên trong khoảng 23-25 phút. Lấy bánh pudding ra khỏi chảo và rưới nước sốt lên trên để thưởng thức.

75. Bánh mì nướng kiểu Pháp Açaí

THÀNH PHẦN:
- 2 quả trứng
- ¼ cốc nước cốt dừa
- 1 thìa cà phê bột Açaí
- chút muối
- Nửa ổ bột chua
- dầu dừa để nấu ăn
- đường để phủ
- Xi-rô phong để phục vụ

HƯỚNG DẪN:
a) Đánh đều trứng, kem dừa, Açaí và muối vào tô.
b) Loại bỏ lớp vỏ khỏi bánh mì và cắt thành hình vuông.
c) Đun nóng một ít dầu dừa trong chảo lớn và làm từng mẻ, lăn bánh mì qua hỗn hợp trứng, rũ bỏ phần thừa rồi cho vào chảo chiên.
d) Xoay các khối khi chúng vàng ở mỗi bên.
e) Sau khi chín tất cả các mặt, lấy ra khỏi chảo và cho thẳng vào đường rồi trộn đều.
f) Lặp lại với phần bánh mì còn lại và dùng kèm xirô phong.

76. Rượu chanh hồng bánh mì nướng kiểu pháp

THÀNH PHẦN:
- 1 ổ bánh mì Pháp đông lạnh
- ½ chén bột mì
- 1 thìa đường
- ½ thìa muối
- 6 quả trứng
- 2 thìa vỏ chanh bào vụn
- 1 thìa cà phê chiết xuất chanh
- Màu thực phẩm màu hồng
- 2 cốc sữa
- Bơ tan chảy hoặc bơ thực vật

HƯỚNG DẪN:

a) Chuẩn bị một ổ bánh mì Pháp theo hướng dẫn trên bao bì. Mát mẻ. Bảo quản qua đêm.

b) Cắt thành 12 lát bằng nhau, dày khoảng 1 inch.

c) Đánh đều bột mì, đường, muối và trứng.

d) Từ từ khuấy sữa, vỏ chanh, chiết xuất chanh và màu thực phẩm.

e) Ngâm bánh mì trong bột cho đến khi bão hòa.

f) Đun nóng bơ trong chảo. Nấu các lát trên lửa vừa ở mỗi mặt cho đến khi có màu vàng nâu.

g) Ăn ấm với trái cây, mật ong, đường bột, mứt hoặc xi-rô cây phong.

77. Bánh mì nướng kiểu Pháp lasagna táo

THÀNH PHẦN:
- 1 cốc kem chua
- ⅓ cốc Đường nâu; đóng gói
- 12 lát bánh mì nướng kiểu Pháp đông lạnh
- ½ pound giăm bông luộc
- 2½ cốc phô mai Cheddar; cắt nhỏ
- 1 lon nhân bánh táo
- 1 cốc ngũ cốc

HƯỚNG DẪN:
a) Trong một bát nhỏ, trộn đường và kem chua; đậy nắp và làm lạnh.

b) Đặt 6 lát bánh mì nướng kiểu Pháp vào đáy chảo 9 x 13 đã được bôi mỡ. Xếp giăm bông, 2 cốc phô mai và 6 lát bánh mì nướng kiểu Pháp còn lại vào chảo nướng.

c) Trải nhân lên trên; rắc granola lên táo. Nướng trong lò 350F đã làm nóng trước trong 25 phút.

d) Phủ ½ cốc phô mai cheddar còn lại lên trên; nướng thêm 5 phút nữa cho đến khi phô mai tan chảy và thịt hầm nóng. Ăn kèm với hỗn hợp kem chua.

78. thánh kiểu Pháp

THÀNH PHẦN:
- 12 gói hoành thánh
- 2 quả trứng
- ½ cốc sữa
- 1 muỗng cà phê chiết xuất vani
- ½ muỗng cà phê quế xay
- ¼ thìa cà phê hạt nhục đậu khấu
- 2 muỗng canh bơ không muối
- Đường bột và si rô phong để phục vụ

HƯỚNG DẪN:

a) Trong một cái đĩa nông, đánh trứng, sữa, chiết xuất vani, quế xay, và hạt nhục đậu khấu.

b) Đun chảy bơ trong chảo chống dính trên lửa vừa.

c) Nhúng từng miếng hoành thánh vào hỗn hợp trứng, đảm bảo phủ đều cả hai mặt.

d) Đặt giấy gói hoành thánh vào chảo và nấu cho đến khi vàng nâu, khoảng 1-2 phút mỗi mặt.

e) Phục vụ bánh mì nướng hoành thánh kiểu Pháp nóng, phủ đường bột và rưới xi-rô cây phong.

79. Bánh mì nướng kiểu Pháp phô mai đào và kem

THÀNH PHẦN:
- 4 lát bánh mì
- Phô mai kem 4 ounce, làm mềm
- 1 quả đào, bỏ hạt và cắt nhỏ
- 1 thìa mật ong
- 2 quả trứng
- ½ cốc sữa
- ½ muỗng cà phê chiết xuất vani
- Bơ để nấu ăn

HƯỚNG DẪN

a) Trong một bát nhỏ, trộn kem phô mai, đào cắt nhỏ và mật ong.
b) Phết hỗn hợp kem phô mai lên hai lát bánh mì.
c) Đặt những lát bánh mì còn lại lên trên để làm hai chiếc bánh sandwich.
d) Trong một bát riêng, đánh đều trứng, sữa và chiết xuất vani.
e) Nhúng từng chiếc bánh sandwich vào hỗn hợp trứng, đảm bảo phủ đều cả hai mặt.
f) Đun chảy bơ trong chảo trên lửa vừa.
g) Nấu bánh sandwich cho đến khi vàng nâu cả hai mặt.
h) Phục vụ ngay và thưởng thức.

80. mì nướng kiểu Pháp rượu vang đỏ

THÀNH PHẦN:
- 4 cốc rượu trắng ngọt hoặc sữa
- 1 thanh quế
- 1 quả cam, vỏ
- ½ cốc đường
- 6 quả trứng, đánh nhẹ
- 1 ổ bánh mì Pháp, cắt lát 1 inch, cũ
- dầu ô liu hoặc dầu khác để chiên
- 1 thìa bột quế trộn với 2 thìa đường
- Mật ong

HƯỚNG DẪN

a) Trong một cái chảo vừa trộn rượu, quế, vỏ cam và đường.
b) Đun trên lửa vừa cho đến khi rượu bắt đầu sôi và đường tan hết.
c) Lấy chảo ra khỏi bếp và để hỗn hợp đứng trong 10 phút cho đến khi ngấm.
d) Trong khi đó, đổ trứng đã đánh vào một cái bát nông.
e) Khi bạn đã sẵn sàng làm bánh mì nướng kiểu Pháp, hãy đổ ½ inch dầu vào chảo rộng và sâu. Đun nóng dầu đến 375F.
f) Ngâm một lát bánh mì vào rượu khoảng 5 giây mỗi mặt cho đến khi đủ ẩm. Để bánh mì ráo nước khi bạn nhấc bánh ra khỏi chất lỏng.
g) Nhúng lát đã ngâm vào trứng đã đánh để phủ đều hai mặt.
h) Chiên bánh mì trong dầu nóng khoảng 1-2 phút mỗi mặt cho đến khi vàng. Lấy bánh mì ra khỏi dầu và đặt lên đĩa có lót khăn giấy.
i) Tiếp tục với những lát bánh mì còn lại.
j) Phục vụ bánh torrijas phủ đường quế hoặc mật ong. Nếu muốn, hãy đổ hỗn hợp rượu đã pha còn lại lên bánh torrijas để thưởng thức.

81. Bánh mì nướng kiểu Pháp nhồi Ube

THÀNH PHẦN:
- 3 quả trứng lớn
- ¾ cốc nước cốt dừa đóng hộp
- Muối kosher
- 4 ounce kem phô mai, ở nhiệt độ phòng
- ½ cốc ube halaya , cộng thêm nhiều món khác để phục vụ
- ½ thìa cà phê chiết xuất ube
- 4 lát bánh mì challah
- 1 muỗng canh dầu dừa, chia
- Đường làm bánh kẹo, để trang trí
- Dừa nạo không đường, nướng để phục vụ
- Xi-rô phong, để phục vụ

HƯỚNG DẪN:

a) Trong một đĩa nông lớn, đánh trứng, nước cốt dừa và ¼ thìa cà phê muối với nhau. Đặt cạnh bếp nấu.

b) Vào tô vừa, thêm phô mai kem, ube halaya và một chút muối. Đánh bằng máy trộn cầm tay điện cho đến khi mịn và kết hợp.

c) Thêm chiết xuất ube và đánh cho đến khi kết hợp. Chuyển phần nhân ube vào túi bánh ngọt lớn và cắt bỏ phần đầu.

d) Dùng một con dao gọt nhỏ, cắt một túi ngang ở đáy mỗi lát bánh mì. Đổ một ít nhân ube vào túi của từng lát bánh mì, di chuyển đầu xung quanh để nhân đều.

e) Đun nóng chảo chống dính lớn trên lửa vừa và nhỏ. Thêm một nửa dầu dừa và để tan chảy.

f) Làm việc với hai lát bánh mì cùng một lúc, nhúng vào sữa trứng trong khoảng 10 giây cho mỗi mặt. Chuyển trực tiếp vào chảo. Nấu cho đến khi có màu vàng nâu, mỗi mặt từ 4 đến 5 phút.

g) Lặp lại với dầu dừa còn lại và lát bánh mì.

h) Để phục vụ, hãy cắt từng miếng bánh mì nướng kiểu Pháp làm đôi theo đường chéo. Phủ đường bánh kẹo, dừa vụn và một ít ube lên trên halaya . Ăn kèm với xi-rô cây phong.

82. Bánh mì nướng kiểu Pháp Red Velvet

THÀNH PHẦN:
- 8 lát bánh mì brioche
- 3 quả trứng lớn
- 1 cốc rưỡi kem 10%MF
- 2 muỗng canh đường cát
- 1 muỗng canh chiết xuất vani
- 2 thìa bột cacao
- 2-3 muỗng canh màu thực phẩm đỏ
- ¼ thìa cà phê muối
- 2-3 muỗng canh bơ hoặc dầu để chiên
- Kem phô mai đóng băng

HƯỚNG DẪN

a) Làm nóng lò ở 250F.
b) Đặt các lát bánh brioche lên khay nướng và nướng trong 15-20 phút hoặc cho đến khi chúng hơi khô. Làm nguội hoàn toàn các lát. Đánh trứng, kem, đường, vani, bột ca cao, màu thực phẩm và muối với nhau.
c) Đổ hỗn hợp trứng lên các lát.
d) Lật các lát sau mỗi vài phút và đổ hỗn hợp lên chúng cho đến khi hầu hết mọi thứ đã được hấp thụ. Khoảng 10 phút.
e) Đun nóng chảo trên lửa vừa. Thêm bơ, sau đó đặt các lát vào chảo. Nấu khoảng 2-3 phút mỗi mặt hoặc cho đến khi chín vàng.

83. Soufflé kiểu Pháp

THÀNH PHẦN:
- 10 cốc bánh mì trắng
- Gói 8 ounce phô mai kem ít béo đã được làm mềm
- 8 quả trứng
- 1 ½ cốc sữa
- ⅔ cốc kem nửa rưỡi
- ½ cốc si-rô phong
- ½ muỗng cà phê chiết xuất vani
- 2 muỗng canh đường bánh kẹo

HƯỚNG DẪN:
a) Đặt các khối bánh mì vào chảo nướng 9x13 inch được bôi mỡ nhẹ.
b) Trong một tô lớn, đánh phô mai kem bằng máy trộn điện ở tốc độ trung bình cho đến khi mịn.
c) Thêm từng quả trứng vào, trộn đều sau mỗi lần thêm.
d) Khuấy sữa, nửa rưỡi, xi-rô cây phong và vani cho đến khi hỗn hợp mịn.
e) Đổ hỗn hợp phô mai kem lên bánh mì; đậy nắp và để lạnh qua đêm.
f) Sáng hôm sau, lấy Soufflé ra khỏi tủ lạnh và để ở nhiệt độ phòng trong 30 phút. Trong khi đó, làm nóng lò ở nhiệt độ 375 độ F.
g) Nướng, không đậy nắp, trong 30 phút trong lò làm nóng trước hoặc cho đến khi dùng dao đâm vào giữa thấy dao sạch.
h) Rắc đường bánh kẹo và dùng nóng.

84. Bánh mì nướng kiểu Pháp nhồi Cannoli

THÀNH PHẦN:
- 1 cốc phô mai ricotta
- ¼ chén đường bột
- ½ muỗng cà phê chiết xuất vani
- ⅓ cốc sô cô la chip vừa ngọt
- 2 quả trứng lớn
- ¼ cốc kem đặc (hoặc sữa)
- 4 lát bánh mì Pháp
- 2 thìa bơ
- Đường bột để phục vụ

HƯỚNG DẪN:

a) Trong một bát nhỏ, trộn phô mai ricotta, đường bột và chiết xuất vani. Khuấy các viên sô cô la nhỏ. Để qua một bên.

b) Trong một cái bát nông hoặc đĩa bánh nướng, đánh trứng và kem tươi với nhau. Trải 2 lát bánh mì với hỗn hợp ricotta, khoảng ½ cốc mỗi lát.

c) Đặt các lát bánh mì khác lên trên và ấn nhẹ chúng lại với nhau. Cẩn thận nhúng cả hai mặt của từng chiếc bánh sandwich vào hỗn hợp trứng cho đến khi phủ đều.

d) Trong một cái chảo lớn, làm tan chảy bơ. Thêm bánh mì nướng kiểu Pháp vào và nấu cho đến khi vàng, khoảng 4 phút mỗi mặt.

e) Cắt bánh sandwich làm đôi theo đường chéo và chuyển chúng vào đĩa.

f) Rắc đường bánh kẹo và dùng ngay.

85. Khay bánh mì nướng kiểu Pháp với sữa đông Yuzu

THÀNH PHẦN:
- bơ tan chảy để bôi trơn
- 6 lát bánh mì
- 1 cốc sữa
- 8 quả trứng
- ½ cốc kem
- 2 muỗng canh đường rapadura
- ¼ thìa cà phê muối biển
- 1 muỗng cà phê bột vani hoặc chiết xuất
- đường bột, thành bụi
- sữa đông yuzu, để phục vụ
- quả mọng, để phục vụ
- kem đánh bông, để phục vụ

ĐỐI VỚI SỮA ĐÔNG YUZU
- 2 quả trứng
- 3 lòng đỏ trứng
- 160g đường bột
- 80 g bơ lạnh
- 80ml nước ép yuzu

HƯỚNG DẪN:

a) Làm nóng lò ở 180C. Bôi bơ lên khay nướng hình chữ nhật có kích thước đáy 20X30cm.

b) Xếp bánh mì vào khay nướng.

c) Trộn sữa, trứng, kem, đường, muối và vani vào tô. Đánh cho đến khi nhạt và mịn.

d) Đổ bánh mì lên trên, đảm bảo bánh được phủ đều hỗn hợp trứng. Nhấn xuống các cạnh và góc để đảm bảo chúng chìm trong nước. Đứng trong 10 phút.

e) Đặt đĩa nướng vào lò nướng và nướng trong 20-25 phút cho đến khi vàng và phồng lên. Lấy ra khỏi lò và để nguội một chút.

f) Cắt từng phần và dùng kèm với quả mọng, sữa đông yuzu, kem và phủ đường bột.

Để làm sữa đông Yuzu

g) Đánh trứng, lòng đỏ trứng và đường với nhau trong một tô lớn cho đến khi có màu nhạt và mịn. Đổ vào chảo có đáy nặng ở lửa nhỏ.

h) Thêm nước ép yuzu và bơ. Đun nhỏ lửa, khuấy liên tục cho đến khi hỗn hợp bắt đầu đặc lại và phủ kín mặt sau của thìa khuấy.

i) Tắt bếp và lọc vào lọ thủy tinh. Che lại bằng giấy bạc cho đến khi nguội hoàn toàn. Đậy nắp thật kín lọ và bảo quản trong tủ lạnh tối đa 10 ngày.

86. Bánh mì nướng kiểu Pháp nướng vị quế

THÀNH PHẦN:
- 1 pound ổ bánh mì Pháp
- Phun xịt nonstick
- 8 quả trứng lớn; hơi bị đánh đập
- 3½ cốc sữa gầy
- 1 cốc Đường; đã chia ra
- 1 muỗng canh chiết xuất vani
- 6 quả táo vừa; gọt vỏ/lõi/lát mỏng
- 3 muỗng cà phê quế xay
- 1 muỗng cà phê hạt nhục đậu khấu
- 1 thìa bơ

HƯỚNG DẪN:
a) Cắt bánh mì thành lát 1 inch.
b) Phủ một lớp xịt chống dính lên chảo 9 x 13 inch và gói chặt bánh mì vào chảo.
c) Trong một tô lớn, khuấy đều trứng, sữa, ½ cốc đường và vani.
d) Đổ một nửa hỗn hợp trứng lên các lát bánh mì.
e) Trải đều các lát táo lên bánh mì. Top với hỗn hợp trứng còn lại.
f) Trong một bát nhỏ, trộn ½ cốc đường còn lại, quế và hạt nhục đậu khấu. Rắc lên táo. Chấm bơ. Đậy nắp và để lạnh qua đêm.
g) Ngày hôm sau, mở chảo ra và nướng trong lò nướng nóng sẵn ở nhiệt độ 350 độ trong 1 giờ. Lấy ra khỏi lò và để yên trong 10 đến 15 phút. Cắt thành hình vuông và phục vụ ấm áp.

87.Bánh mì nướng kiểu Pháp việt quất nướng

THÀNH PHẦN:
- Ổ bánh mì quế 16 ounce, cắt khối
- ¾ cốc quả nam việt quất khô có đường
- 6 quả trứng, đánh đập
- 3 cốc rưỡi hoặc sữa
- 2 muỗng cà phê chiết xuất vani
- Trang trí: đường quế hoặc đường bột, bơ đánh bông, siro phong

HƯỚNG DẪN:

a) Kết hợp các khối bánh mì và quả nam việt quất trong một đĩa thịt hầm nông dung tích 3 lít.

b) Trong một cái bát, đánh trứng, nửa rưỡi hoặc sữa và vani với nhau; đổ hỗn hợp bánh mì lên trên.

c) Đậy nắp và để lạnh trong một giờ hoặc qua đêm.

d) Khám phá; nướng ở 350 độ trong 45 phút hoặc cho đến khi vàng và đặt ở giữa.

e) Rắc đường quế hoặc đường bột.

f) Phục vụ với bơ đánh bông và xi-rô cây phong.

88. Kem việt quất với bánh mì nướng kiểu Pháp

THÀNH PHẦN:
- 2 quả trứng, đánh bông
- 4 lát bánh mì
- 3 thìa đường
- 1½ chén ngô vụn
- ⅓ cốc sữa
- ¼ muỗng cà phê hạt nhục đậu khấu
- 4 muỗng canh phô mai có hương vị quả mọng
- ¼ thìa cà phê muối

HƯỚNG DẪN:
a) Làm nóng nồi chiên không dầu của bạn ở nhiệt độ 400 độ F.
b) Trong một bát, trộn đường, trứng, nhục đậu khấu, muối và sữa. Trong một bát riêng, trộn quả việt quất và phô mai.
c) Lấy 2 lát bánh mì và đổ hỗn hợp việt quất lên các lát.
d) Top với hỗn hợp sữa. Che hai lát còn lại để làm bánh sandwich. Lăn bánh mì lên trên bánh bột ngô để phủ đều bánh mì.
e) Đặt bánh sandwich vào giỏ nấu của nồi chiên không khí và nấu trong 8 phút.
f) Ăn kèm với quả mọng và xi-rô.

89. Bánh mì nướng kiểu Pháp bí ngô

THÀNH PHẦN:
- 1 ổ bánh mì Pháp, Ý, challah hoặc Hawaii, cắt thành lát 1 inch
- 3 quả trứng, đánh đập
- 1½ cốc sữa
- 1 cốc rưỡi
- ½ cốc trứng thay thế
- 1 muỗng canh gia vị bánh bí ngô
- 1 muỗng cà phê chiết xuất vani
- ¼ thìa cà phê muối
- ½ chén đường nâu, đóng gói
- 1 muỗng canh bơ, thái lát

HƯỚNG DẪN:

a) Xếp các lát bánh mì vào đáy chảo nướng 13"x9" đã phết mỡ.

b) Đánh đều trứng, sữa, nửa rưỡi, chất thay thế trứng, gia vị, vani và muối. Khuấy đường nâu; đổ hỗn hợp lên lát bánh mì.

c) Để lạnh, đậy nắp, qua đêm. Chấm bơ lên trên và nướng, không đậy nắp, ở nhiệt độ 350 độ trong 40 đến 45 phút.

90. Bánh mì nướng kiểu Pháp chanh anh túc

THÀNH PHẦN:
- 1 ổ bánh mì Pháp, cắt thành lát 1 inch
- Vỏ của 2 quả chanh
- ¼ chén hạt anh túc
- 4 quả trứng lớn
- 1 cốc sữa
- ½ chén đường cát
- 1 muỗng cà phê chiết xuất vani
- Men chanh để phục vụ (tùy chọn)

HƯỚNG DẪN:

a) Bôi mỡ vào đĩa nướng 9x13 inch và sắp xếp các lát bánh mì thành một lớp.

b) Rắc đều vỏ chanh và hạt anh túc lên các lát bánh mì.

c) Trong một tô lớn, đánh đều trứng, sữa, đường và chiết xuất vani.

d) Đổ hỗn hợp trứng đều lên các lát bánh mì, đảm bảo tất cả các lát đều được phủ đều.

e) Đậy đĩa nướng bằng giấy bạc và để lạnh ít nhất 1 giờ hoặc qua đêm.

f) Làm nóng lò ở nhiệt độ 375°F (190°C).

g) Lấy giấy bạc ra khỏi đĩa nướng và nướng bánh mì nướng kiểu Pháp trong 25-30 phút, cho đến khi có màu vàng nâu và phần giữa chín hẳn.

h) Ăn nóng với một chút men chanh, nếu muốn.

91. Bánh mì nướng kiểu Pháp với dứa và phô mai

THÀNH PHẦN:
- 1 ổ bánh mì Pháp, cắt thành lát 1 inch
- 8 ounce phô mai kem, làm mềm
- 1 lon (20 ounce) dứa nghiền, để ráo nước
- ½ chén đường cát
- 4 quả trứng lớn
- 1 cốc sữa
- 1 muỗng cà phê chiết xuất vani
- Bơ để bôi mỡ cho món nướng

HƯỚNG DẪN:

a) Bôi bơ vào đĩa nướng 9x13 inch và sắp xếp các lát bánh mì thành một lớp.

b) Trong tô vừa, trộn phô mai kem đã làm mềm, dứa nghiền và đường cát cho đến khi hòa quyện.

c) Trải đều hỗn hợp kem phô mai và dứa lên các lát bánh mì.

d) Trong một bát riêng, đánh đều trứng, sữa và chiết xuất vani.

e) Đổ hỗn hợp trứng đều lên các lát bánh mì, đảm bảo tất cả các lát đều được phủ đều.

f) Đậy đĩa nướng bằng giấy bạc và để lạnh qua đêm.

g) Làm nóng lò ở nhiệt độ 350°F (175°C).

h) Lấy giấy bạc ra khỏi đĩa nướng và nướng bánh mì nướng kiểu Pháp trong 40-45 phút, cho đến khi có màu vàng nâu và phần giữa chín hẳn.

i) Ăn nóng và thưởng thức bánh mì nướng kiểu Pháp thơm ngon với lớp phủ phô mai dứa.

j) Bạn cũng có thể rắc đường bột lên bánh mì nướng kiểu Pháp hoặc dùng kèm với một ít xi-rô cây thích để tăng thêm vị ngọt nếu muốn. Thưởng thức!

92. Bánh mì nướng kiểu Pháp Ham và Thụy Sĩ

THÀNH PHẦN:
- 1 ổ bánh mì Pháp, cắt thành lát 1 inch
- 8 ounce giăm bông nấu chín, thái lát hoặc thái hạt lựu
- 8 ounce phô mai Thụy Sĩ, cắt nhỏ
- 6 quả trứng lớn
- 2 cốc sữa
- 1 muỗng canh mù tạt Dijon
- 1 thìa cà phê sốt Worcestershire
- ½ muỗng cà phê muối
- ¼ thìa cà phê tiêu đen
- Bơ để bôi mỡ cho món nướng

HƯỚNG DẪN:

a) Bôi bơ vào đĩa nướng 9x13 inch và xếp một nửa số lát bánh mì thành một lớp.

b) Rắc đều một nửa số giăm bông đã nấu chín lên các lát bánh mì, tiếp theo là một nửa phô mai Thụy Sĩ cắt nhỏ.

c) Xếp các lát bánh mì còn lại lên trên, tiếp theo là giăm bông còn lại và phô mai Thụy Sĩ.

d) Trong tô vừa, đánh trứng, sữa, mù tạt Dijon, sốt Worcestershire, muối và tiêu đen cho đến khi hòa quyện.

e) Đổ đều hỗn hợp trứng lên các lớp bánh mì trong khay nướng, đảm bảo tất cả bánh mì đều được ngâm.

f) Đậy đĩa nướng bằng giấy bạc và để lạnh qua đêm.

g) Làm nóng lò ở nhiệt độ 350°F (175°C).

h) Lấy giấy bạc ra khỏi đĩa nướng và nướng bánh mì nướng kiểu Pháp trong 40-45 phút, cho đến khi có màu vàng nâu và phần giữa chín.

i) Để nguội trong vài phút trước khi dùng.

j) Cắt thành từng miếng vuông và thưởng thức khi còn ấm như món bánh mì nướng kiểu Pháp hầm thơm ngon với giăm bông và pho mát Thụy Sĩ.

k) Bạn cũng có thể dùng kèm với salad hoặc trái cây tươi để có một bữa ăn hoàn chỉnh. Thưởng thức!

93. Bánh mì nướng kiểu Pháp nướng nho khô

THÀNH PHẦN:
- 1 ổ bánh mì Pháp, cắt thành lát 1 inch
- 1 cốc nho khô
- 4 quả trứng lớn
- 1 ½ cốc sữa
- ¼ cốc đường cát
- 1 muỗng cà phê chiết xuất vani
- ½ muỗng cà phê quế xay
- ¼ thìa cà phê hạt nhục đậu khấu
- Bơ để bôi mỡ cho món nướng

HƯỚNG DẪN:

a) Bôi bơ vào đĩa nướng 9x13 inch và sắp xếp các lát bánh mì thành một lớp.

b) Rắc đều nho khô lên các lát bánh mì.

c) Trong một bát vừa, đánh trứng, sữa, đường cát, chiết xuất vani, quế và hạt nhục đậu khấu cho đến khi kết hợp tốt.

d) Đổ đều hỗn hợp trứng lên các lát bánh mì, đảm bảo tất cả các lát đều được phủ đều và nho khô ngập trong nước.

e) Ấn nhẹ các lát bánh mì xuống để giúp chúng hấp thụ hỗn hợp trứng.

f) Đậy đĩa nướng bằng giấy bạc và để lạnh qua đêm.

g) Làm nóng lò ở nhiệt độ 350°F (175°C).

h) Lấy giấy bạc ra khỏi đĩa nướng và nướng bánh mì nướng kiểu Pháp trong 35-40 phút, cho đến khi có màu vàng nâu và phần giữa chín hẳn.

i) Để nguội trong vài phút trước khi dùng.

j) Ăn nóng và thưởng thức bánh mì nướng kiểu Pháp nho khô thơm ngon.

k) Bạn có thể dùng nó với một ít đường bột, một chút xi-rô cây thích hoặc một ít kem đánh bông nếu muốn. Thưởng thức!

94. Bánh mì nướng kiểu Pháp nog trứng nướng

THÀNH PHẦN:
- 1 ổ bánh mì Pháp, cắt thành lát 1 inch
- 6 quả trứng lớn
- 2 cốc rượu trứng
- ¼ cốc đường cát
- 1 muỗng cà phê chiết xuất vani
- ½ muỗng cà phê hạt nhục đậu khấu
- Bơ để bôi mỡ cho món nướng
- Đường bột để rắc (tùy chọn)

HƯỚNG DẪN:

a) Bôi bơ vào đĩa nướng 9x13 inch và sắp xếp các lát bánh mì thành một lớp.

b) Trong một tô lớn, trộn đều trứng, rượu trứng, đường cát, chiết xuất vani và hạt nhục đậu khấu cho đến khi hòa quyện.

c) Đổ đều hỗn hợp rượu trứng lên các lát bánh mì, đảm bảo tất cả các lát đều được phủ đều.

d) Ấn nhẹ các lát bánh mì xuống để giúp chúng hấp thụ hỗn hợp rượu trứng.

e) Đậy đĩa nướng bằng giấy bạc và để lạnh qua đêm, để bánh mì ngấm gia vị.

f) Làm nóng lò ở nhiệt độ 350°F (175°C).

g) Lấy giấy bạc ra khỏi đĩa nướng và nướng bánh mì nướng kiểu Pháp trong 35-40 phút, cho đến khi có màu vàng nâu và phần giữa chín hẳn.

h) Để nguội trong vài phút trước khi dùng.

i) Rắc đường bột nếu muốn.

j) Ăn nóng và thưởng thức món bánh mì nướng kiểu Pháp có trứng thơm ngon.

95. Bánh mì nướng kiểu Pháp Kahlua

THÀNH PHẦN:
- 4 lát bánh mì
- 2 quả trứng
- ¼ cốc sữa
- 2 muỗng canh Kahlua
- 1 thìa bơ
- Xi-rô phong (để phục vụ)
- Đường bột (để trang trí)

HƯỚNG DẪN:

a) Trong một cái đĩa nông, đánh trứng, sữa và Kahlua cùng nhau.

b) Nhúng từng lát bánh mì vào hỗn hợp trứng, phủ đều cả hai mặt.

c) Đun nóng bơ trong chảo trên lửa vừa. Nấu các lát bánh mì đã ngâm cho đến khi có màu vàng nâu ở mỗi mặt.

d) Phục vụ bánh mì nướng Pháp Kahlua nóng với xi-rô cây thích và một ít đường bột.

96. Bánh mì nướng kiểu Pháp đào của Jack Daniel

THÀNH PHẦN:
BÁNH MÌ PHÁP:
- 1 ổ bánh mì Pháp
- 7 quả trứng
- 1 ½ cốc sữa
- ⅓ Cốc đường
- 1 thìa cà phê Vani
- 1 thìa cà phê quế

ĐỨA ĐÀO:
- 6 quả đào bỏ hạt và thái lát
- 1 thìa đường
- 1 thìa cà phê quế

TỚI SỐT:
- ⅓ Cốc bơ tan chảy
- ½ chén đường nâu
- ⅓ Cốc đường
- 1 thìa cà phê Vani
- 1 thìa cà phê quế
- ½ cốc Jack Daniel's

HƯỚNG DẪN

a) Cắt bánh mì Pháp thành lát khoảng ½-¾ inch.
b) nướng thủy tinh 9 X 13 inch đã bôi mỡ .
c) Đánh đều trứng, sữa, vani và quế.
d) Đổ đều hỗn hợp trứng lên bánh mì.
e) Đặt đào vào tô trộn và trộn với đường và quế.
f) Xếp đào lên trên bánh mì Pháp.
g) Đậy nắp và để lạnh trong 8 giờ qua đêm.
h) Vào buổi sáng, làm nóng lò ở nhiệt độ 350 độ.
i) Đặt bánh mì nướng kiểu Pháp vào lò nướng và nướng trong khoảng 35 phút cho đến khi bánh mì bắt đầu chuyển sang màu nâu.
j) Chuẩn bị nước sốt phủ trong khi nướng bánh mì nướng kiểu Pháp.
k) Đun chảy ⅓ C. bơ trong chảo nhỏ.
l) Trộn đường nâu và đường trắng, Jack Daniel's, vani và quế.
m) Đổ nước sốt ấm lên bánh mì nướng kiểu Pháp trước khi dùng.

97. Bánh mì nướng kiểu Pháp Amaretto

THÀNH PHẦN:
- 4 lát bánh mì
- 2 quả trứng
- ¼ cốc sữa
- 2 muỗng canh rượu amaretto
- ¼ thìa cà phê quế
- ¼ thìa cà phê chiết xuất vani
- Bơ, để chiên

HƯỚNG DẪN

a) Trong một cái bát, đánh đều trứng, sữa, amaretto, quế và chiết xuất vani.
b) Nhúng từng lát bánh mì vào hỗn hợp trứng, đảm bảo phủ đều cả hai mặt.
c) Đun chảy bơ trong chảo rán trên lửa vừa.
d) Cho các lát bánh mì vào chảo và nướng mỗi mặt trong 2-3 phút cho đến khi có màu vàng nâu.
e) Ăn nóng với siro và trái cây tươi.

98.Bánh mì nướng kiểu Pháp có gai của Bailey

THÀNH PHẦN:
- 1 ổ bánh mì chua
- 3 quả trứng lớn, đánh bông
- ¼ cốc kem Ailen của Bailey
- 1 muỗng cà phê chiết xuất vani nguyên chất
- 1 thìa cà phê quế

ĐỐI VỚI SỐT SÔCÔLA
- 4 ounce sôcôla đen
- 2 thìa kem đánh bông nặng
- 1 ½ thìa cà phê kem Ailen của Bailey

ĐỐI VỚI KEM ĐÁNH BÓNG
- ½ cốc kem đánh bông nặng
- 2 thìa đường bột

HƯỚNG DẪN

a) Cắt bánh mì theo độ dày mong muốn.

b) Đập trứng vào chảo 9×9". Đánh cho đến khi nhẹ và mịn. Thêm Bailey's, chiết xuất vani và quế. Đánh thật kỹ cho đến khi trộn đều.

c) Đặt bánh mì vào chảo và ngâm mỗi mặt trong ít nhất 10 phút.

d) Làm nóng chảo ở nhiệt độ trung bình cao. Xịt nhẹ bằng bình xịt nấu ăn. Đặt bánh mì đã ngâm vào chảo và nướng khoảng 1 phút mỗi mặt cho đến khi có màu hơi nâu. Lấy bánh mì ra khỏi chảo và đặt sang một bên cho đến khi tất cả bánh mì chín.

e) Trong khi nấu bánh mì nướng kiểu Pháp, hãy chuẩn bị nước sốt sô cô la. Trong cốc đo thủy tinh hoặc một chiếc bát an toàn với lò vi sóng khác, kết hợp 4 ounce sô cô la đen với 2 thìa kem đặc. Lò vi sóng ở mức cao nhất trong 45-60 giây. Lấy ra khỏi lò vi sóng và đánh cho đến khi mịn. Thêm kem Ailen của Bailey và đánh vào sô cô la tan chảy.

f) Ăn kèm với kem tươi tự làm nếu muốn. Chuẩn bị kem đánh bông bằng cách trộn kem đánh bông đặc và đường bột vào tô trộn. Đánh ở tốc độ cao cho đến khi tạo thành chóp cứng; khoảng 3-4 phút. Đặt kem đã đánh bông vào tủ lạnh cho đến khi sẵn sàng.

g) Phục vụ bánh mì nướng kiểu Pháp với sốt sô-cô-la và kem tươi.

99. Bánh mì nướng kiểu Pháp Grand Marnier

THÀNH PHẦN:
- 4 lát bánh mì brioche hoặc challah dày
- 3 quả trứng lớn
- ½ cốc sữa
- 2 thìa rượu mùi Grand Marnier
- 1 thìa đường
- ½ muỗng cà phê chiết xuất vani
- Bơ để nấu ăn

HƯỚNG DẪN:

a) Trong một cái bát nông, đánh trứng, sữa, Grand Marnier, đường và chiết xuất vani.

b) Đun nóng chảo chống dính lớn hoặc vỉ nướng trên lửa vừa và làm tan chảy một ít bơ.

c) Nhúng từng lát bánh mì vào hỗn hợp trứng, để ngấm vài giây mỗi mặt.

d) Đặt bánh mì đã nhúng vào chảo nóng và chiên cho đến khi vàng nâu mỗi mặt, khoảng 2-3 phút mỗi mặt.

e) Phục vụ bánh mì nướng kiểu Pháp ấm với các loại đồ phủ yêu thích của bạn như xi-rô, đường bột hoặc trái cây tươi.

100. Bánh mì nướng kiểu Pháp có rượu rum và dừa

THÀNH PHẦN:
- 4 lát bánh mì Pháp dày
- 3 quả trứng lớn
- ½ cốc nước cốt dừa
- 2 thìa rượu rum
- 2 muỗng canh dừa vụn
- 1 thìa đường
- Bơ để nấu ăn

HƯỚNG DẪN:

a) Trong một cái bát nông, đánh trứng, nước cốt dừa, rượu rum, dừa vụn và đường.

b) Đun nóng chảo chống dính lớn hoặc vỉ nướng trên lửa vừa và làm tan chảy một ít bơ.

c) Nhúng từng lát bánh mì vào hỗn hợp trứng, để ngấm vài giây mỗi mặt.

d) Đặt bánh mì đã nhúng vào chảo nóng và chiên cho đến khi vàng nâu mỗi mặt, khoảng 2-3 phút mỗi mặt.

e) Phục vụ bánh mì nướng kiểu Pháp ấm với dừa vụn bổ sung và một chút xi-rô phong.

PHẦN KẾT LUẬN

Khi kết thúc hành trình khám phá "Nghệ thuật và sự tinh thông của món bánh mì nướng cực ngon", chúng tôi xin gửi lời cảm ơn sâu sắc vì đã tham gia cùng chúng tôi trong cuộc phiêu lưu lấy cảm hứng từ bánh mì nướng này. Chúng tôi hy vọng 100 công thức nấu ăn này đã nâng cao sự đánh giá của bạn về tính đơn giản và tính linh hoạt của món ăn sáng cổ điển này, biến mỗi lát bánh thành một bức vẽ cho sự sáng tạo ẩm thực.

Cuốn sách nấu ăn này không chỉ là một hướng dẫn; đó là lời mời tiếp tục khám phá ẩm thực của bạn ngoài những trang này. Khi bạn thưởng thức những miếng bánh mì nướng cuối cùng cực kỳ ngon của mình, chúng tôi khuyến khích bạn thử nghiệm, đổi mới và biến mỗi buổi sáng thành một lễ kỷ niệm hương vị. Mong rằng niềm vui chế biến và thưởng thức món bánh mì nướng cực ngon sẽ đọng lại trong căn bếp của bạn, tạo ra những khoảnh khắc thích thú và đầy cảm hứng.

Cảm ơn bạn đã cho phép chúng tôi trở thành một phần trong thói quen ăn sáng của bạn. Cho đến khi con đường của chúng ta giao nhau một lần nữa trong lĩnh vực phiêu lưu ẩm thực, cầu mong buổi sáng của bạn sẽ tràn ngập nghệ thuật và khả năng làm bánh mì nướng cực ngon. Chúc mừng để nướng rực rỡ!

www.ingramcontent.com/pod-product-compliance
Lightning Source LLC
LaVergne TN
LVHW021710060526
838200LV00050B/2587